# அவசரம்

## உடனடியாகச் செய்தாகவேண்டிய சமூக பொருளாதார மாற்றங்கள்

**சோம. வள்ளியப்பன்**

பங்குச்சந்தை வர்த்தகம், பொருளாதாரம், உணர்வு மேலாண்மை, சுயமுன்னேற்றம், நிர்வாகவியல், மனித வள மேம்பாடு, நிதி நிர்வாகம் உள்ளிட்ட துறைகளில் பல புகழ்பெற்ற நூல்களை எழுதியவர். துறைகள் சார்ந்த செழிப்பான அனுபவமும் நிபுணத்துவமும் கொண்டிருக்கும் இவர் தொலைக்காட்சி மற்றும் பத்திரிகைத்துறை ஊடகங்களில் தொடர்ந்து இயங்கிவருகிறார். Emotional Intelligence-ல் ஆய்வுசெய்து சென்னை பல்கலைக்கழகத்தில் PhD. பட்டம் பெற்றவர்.

சொற்பொழிவுகள் மற்றும் பயிற்சி வகுப்புகள் மூலம் பல ஆயிரக்கணக்கான மக்களுடன் தொடர்ந்து உரையாடி வருபவர்.

## ஆசிரியரின் பிற நூல்கள்

### பங்குச்சந்தை

1. அள்ள அள்ளப் பணம் 1 - பங்குச்சந்தை: அடிப்படைகள்
2. அள்ள அள்ளப் பணம் 2 - பங்குச்சந்தை: அனாலிசிஸ்
3. அள்ள அள்ளப் பணம் 3 - பங்குச்சந்தை: ஃபியூச்சர்ஸ் அண்ட் ஆப்ஷன்ஸ்
4. அள்ள அள்ளப் பணம் 4 - பங்குச்சந்தை: போர்ட்ஃபோலியோ முதலீடுகள்
5. அள்ள அள்ளப் பணம் 5 - பங்குச்சந்தை: டிரேடிங்
6. அள்ள அள்ளப் பணம் 6 - மியூச்சுவல் ஃபண்ட்

### வியாபாரம்

1. நம்பர் 1 சேல்ஸ்மேன் (சிறந்த விற்பனையாளர் ஆவது எப்படி?)
2. பணமே ஓடி வா
3. தொட்டதெல்லாம் பொன்னாகும்
4. பணம், சில ரகசியங்கள்

### நிர்வாகம்

1. ஆளப்பிறந்தவர் நீங்கள் (தலைமைப் பண்புகள்)
2. காலம் உங்கள் காலடியில் (நேர நிர்வாகம்)
4. உலகம் உன் வசம் (கம்யூனிகேஷன்)
5. உறுதி மட்டுமே வேண்டும் (கமிட்மெண்ட்)
6. உறவுகள் மேம்பட (Secrets of Managing People)
7. சிறந்த நிர்வாகி ஆவது எப்படி?
8. மேனேஜ்மென்ட் குரு கம்பன்
9. வீட்டுக் கணக்கு
10. நேரத்தை உரமாக்கு (காலம் உங்கள் காலடியில் - 2)

### பொருளாதாரம்

1. நாட்டுக் கணக்கு - 1
2. நாட்டுக்கணக்கு - 2
3. அதிர்ந்த இந்தியா

### சுயமுன்னேற்றம்

1. இட்லியாக இருங்கள் - எமோஷனல் இன்டெலிஜென்ஸ்
2. எமோஷனல் இண்டெலிஜென்ஸ் 2.0
3. ரசவாதம். ஏதிலும் பெரும் வெற்றி (NLP பற்றி)
4. தடையேதுமில்லை (சுயமுன்னேற்றக் கட்டுரைகள்)
5. உஷார் உள்ளே பார் (மனமும் சக்தியும்)
6. ஆல் தி பெஸ்ட்! (நேர்முகங்களில் வெற்றி பெறுவது எப்படி?)
7. தள்ளு (மோட்டிவேஷன்)
8. சின்னத் தூண்டில் பெரிய மீன்
9. சிறு துளி பெரும் பணம்
10. டீன் தரிகிட (பதின் பருவத்தினருக்கு)
11. சொல்லாததையும் செய்!
12. மனதோடு ஒரு சிட்டிங்
13. இவ்வளவுதானா நீ?
14. முன்னேற்றம் இந்தப் பக்கம்
15. எல்லோரும் வல்லவரே
16. காதலில் இருந்து திருமணம் வரை
17. சிக்கனம் சேமிப்பு முதலீடு
18. நல்லதாக நாலு வார்த்தை
19. உடல் மனம் புத்தி
20. You vs You : Everything you need to know about Emotional Intelligence
21. Bulls and Bears - All about Shares

### மாணவர்களுக்கு

1. மன அழுத்தம் விரட்டலாமா
2. இந்தமுறை நீதான்
3. நீங்கள் அசாதாரணமானவர்

### ஆன்மிகம்

1. எங்குமிருப்பவர் (சாய் சரிதம்)

### சிறுகதைத் தொகுப்பு

1. நெஞ்சமெல்லாம் நீ

# அவசரம்

உடனடியாகச் செய்தாகவேண்டிய
சமூக பொருளாதார மாற்றங்கள்

டாக்டர் சோம. வள்ளியப்பன்

கிழக்கு

**அவசரம்:** உடனடியாகச் செய்தாகவேண்டிய சமூக பொருளாதார மாற்றங்கள்
Avasaram: *Udanadiyaaga Seithaagavendiya Samooga Porulathara Maatrangal*



First Edition: November 2020
152 Pages
Printed in India.

ISBN 978-81-948653-5-3
Kizhakku - 1213

Kizhakku Pathippagam
177/103, First Floor, Ambal's Building, Lloyds Road,
Royapettah, Chennai - 600 014. Ph: +91-44-4200-9603
Email : support@nhm.in Website : www.nhm.in

kizhakkupathippagam kizhakku_nhm

Author's Email: writersomavalliappan@gmail.com
Author's Website : www.writersomavalliappan.in
www.facebook.com/Soma Valliappan
www.youtube.com/Soma Valliappan

Kizhakku Pathippagam is an imprint of New Horizon Media Private Limited

எல்லோரும் இன்புற்றிருக்க நினைப்பதுவே அல்லாமல்
வேறொன்று அறியேன் பராபரமே.

- தாயுமானவர்

# பொருளடக்கம்

# முன்னுரை

**ந**மக்குக் கற்றுக் கொடுக்கப்பட்டிருக்கும், நாம் சரி என்று நினைத்துக்கொண்டிருக்கும் அல்லது நாம் சாதாரணமாகக் கடந்துபோய்க்கொண்டிருக்கும் பல விஷயங்கள் எவ்வளவு தவறானவை என்றும், எவ்வாறு தவறானவை என்றும் நான் சமீபத்தில்தான் உணர்ந்தேன்.

சாதாரணமாக எந்தவிதக் குற்ற உணர்வும் இல்லாமல் நம்மில் பலரும் செய்யும் சிறு சிறு வேலைகள் இந்த பூமியை, உயிரினங்களை எதை நோக்கி அழைத்துப் போகிறது என்பதை யோசித்தபோது அச்சமாக இருந்தது. நான் உணர்ந்ததை மற்றவர்களுடன் பகிர்ந்துகொள்ள வேண்டும், உணரவேண்டும் என்பதற்காகத்தான் இந்தப் புத்தகம் எழுதியிருக்கிறேன்.

இவை குறித்து உங்களில் பலருக்கும் நிச்சயம் அக்கறையிருக்கும். தவிர உங்களுக்கும் சில கருத்துகள், யோசனைகள் இருக்கும். அல்லது இவற்றைத் தெரிந்துகொண்ட பிறகு உருவாகும்.

இந்த விஷயங்கள் குறித்து உங்கள் யோசனைகளை மற்றும் தகவல்களை தாராளமாகப் பகிர்ந்துகொள்ளலாம். writersomavalliappan@gmail.com என்ற என் மின் அஞ்சலுக்கு எழுதுங்கள். மேலும், இந்தப் புத்தகத்தை அவசியம் அடுத்த தலைமுறையினரிடம் கொண்டு சேருங்கள். முக்கியமாக பள்ளி, கல்லூரி மாணவ மாணவியரிடம்.

சேர்ந்து செய்வோம், புதிய பூமி.

**சோம.வள்ளியப்பன்**

தேவகோட்டை

கொரோனா ஊரடங்கு
நாட்களில் ஒன்றான 21.7.2020

பெரும் எண்ணிக்கையிலானவர்கள் செய்வதாலேயே ஒன்று சரி என்று ஆகிவிடாது. சிறிய அளவுகளில் செய்வதாலேயே அது ஆபத்தில் போய்முடியாது என்பதில்லை. வசதியானது எல்லாம் நல்லதாக இருக்கவேண்டிய அவசியம் இல்லை.

# 1

## அதிகம், அனாவசியம், ஆபத்து

ஒருநாள் எங்கள் வீட்டருகில் இருக்கும் சாலையோர இஸ்திரி போடும் வண்டிக்கடைக்கு என் சட்டைகளைக் கொண்டுபோய்க் கொடுத்தேன். திரும்பி நடக்கையில், இஸ்திரி வண்டிக்கு சற்றுத்தள்ளி மண்ணில் ஒரு பால்பாயிண்ட் பேனா கிடப்பது தெரிந்தது. சற்று அருகில் வந்தபோது அந்தப் பேனா 'ரீபில்' லில் இங்க் மீதம் இருப்பது கண்ணில்பட்டது. எனவே அனேகமாக அது எழுதக்கூடிய பேனாதான். மறுநாளும் அதை அதே இடத்தில் பார்த்தேன். அப்படியென்றால் அவற்றை எவரும் எடுக்கவில்லை. என்னையும் சேர்த்துத்தான். பயனுள்ள ஒரு பேனா அப்படி எடுப்பார் எவரும் இல்லாமல் கீழே கிடந்தது.

ஏன் இந்த நிலை?

எழுதக்கூடிய ஒரு பேனா சில நாட்களுக்குக் கிடக்கிறது. எடுப்பார் இல்லை. பேனாக்களுக்கு மட்டுமா இந்த நிலை? சமயத்தில் ஒருரூபாய், இரண்டு ரூபாய் நாணயங்கள் கூட, உடைத்த திருஷ்டி பூசணிக்காய்களில் இருந்து சிதறிக்கிடப்பதைப் பார்க்கிறோம். எடுக்க ஆளில்லாமல் அவை மண்ணில் கிடக்கும். குப்பைக்கும் போகலாம்.

கீழே கிடக்கும் அதிக விலையில்லாத பொருள்களை எடுக்கத் தேவையில்லாத நிலை வந்துவிட்டது என்று இதை சிலர் பெருமையாகப் பேசலாம். அல்லது உற்பத்தி பெருகிவிட்ட காரணத்தினால் பொருள்களுக்கு முன்போல மதிப்பில்லை என்றும் சொல்லலாம்.

கோயம்புத்தூருக்குப் போயிருந்தேன். பிரபலமான ஹோட்டல் ஒன்றில் தங்க வைத்தார்கள். காலையில் குளித்துவிட்டு என் அலுவல் பார்க்கக் கிளம்பவேண்டும். குளிப்பதற்கு சுடுதண்ணீர் வேண்டி, குளியலறையில் 'ஹாட்' என்று என்று எழுதிய சிவப்பு நிற ஸ்டிக்கர் ஒட்டி இருந்த குழாயைத் திறந்தேன். வந்த தண்ணீர் சூடாக இல்லை. தவறுதலாக 'ஹாட்' ஸ்டிக்கரை பச்சைத் தண்ணீர் வரும் குழாயின்மீது ஒட்டி இருப்பார்கள் என நினைத்து, பச்சை நிற ஸ்டிக்கர் ஒட்டி இருந்த மற்றொரு குழாயைத் திறந்தேன். அதில் வந்த தண்ணீரும் சுடவில்லை. ஏன், வெதுவெதுப்பாகக்கூட இல்லை.

அவர்களது தொலைபேசியில் ஒன்பதாம் எண்ணை அழுத்தி, வரவேற்பறையில் இருந்தவரிடம் இது குறித்து விவரம் கேட்டேன். அவர் சொன்னார்...

'வெந்நீர் வரும் சார். 'ஹாட் வாட்டர் பைப்'பை திறந்துவிட்டு கொஞ்சம் வெயிட் பண்ணுங்க'.

'ஹாட் வாட்டர் பைப்'பைத்தான் திறந்துவிட்டுப் பார்த்தேன். வரவில்லை.'

'நல்லாத் திறந்து விடுங்க சார். ரெண்டு பக்கெட்வரை தண்ணியைப் புடிச்சு கீழே விடுங்க. அப்புறம் வெந்நீர் வரும் பாருங்க'. போனை வைத்துவிட்டார்.

'ஒரு வாளி தண்ணீரில் குளிக்க, மூன்று, நான்கு வாளிகள் தண்ணீரைப் பிடித்து தரையில் விடலாம்' என்பதுதான் அந்த ஊழியர் மனநிலை. அதைத்தான் அவர் சொன்னது காட்டியது. அவர் மட்டுமா அப்படி? அங்கே மட்டுமா இப்படி நடக்கிறது? பலரும் தண்ணீருக்காக சிரமப்படுவதைப்பற்றி அறிந்திருந்தும், தாங்களே வேறு கால கட்டங்களில் தண்ணீருக்காக சிரமப்பட்டிருந்தபோதிலும், சிலரால் இப்படிப் பேச, நடந்துகொள்ள முடிகிறது! 'நீரின்றி அமையாது உலகு' என்ற தண்ணீருக்கே இந்த நிலை என்றால் மற்ற பொருள்கள் மீது என்ன பெரிய மரியாதை இருக்கக்கூடும்?

நான் ஒரு வணிக ஆங்கில தினசரி வாங்கிக்கொண்டு இருந்தேன். ஒருநாள் பேப்பர் போட அதிசயமாக கடையின் முதலாளியே வந்தார். விவரம் சொன்னார்.

'சார் இந்தப் பேப்பர் ஆபீஸ்ல ஒரு புது பிளான் அறிவித்திருக்கிறார்கள். ரொம்ப பெனிபிட்டான பிளான். ஆண்டு சந்தாவா கட்டினால் 500 ரூபாய்தான்' என்று சொல்லி வேறு ஓர் ஆங்கில தினசரியின் பெயரைச் சொன்னார்.

'மற்றொரு பேப்பரெல்லாம் எனக்கு வேண்டாம். ஒண்ணே போதும்.'

'ஆண்டுக்கு 500 ரூபாய்தான் சார். ஒரு வருடம் முழுக்க பேப்பர் தருவார்கள்.'

'வேண்டாம். படிக்காமலேயே விற்க நேரிடும். வாங்கும் பேப்பரையே பல நாட்கள் பிரிக்காமல் விட்டுவிட நேர்கிறது. மற்றொன்று எதற்கு? வீண்தானே?'

'அதுகூட சொல்லணும்னு நினைச்சேன். உங்களுக்கே தெரியும். நான் சொல்ற இந்தப் பேப்பர் தினமும் எவ்வளவு பக்கங்கள்னு. ஒரு வருஷப் பேப்பரை பழைய பேப்பர் கடைக்குப் போட்டாலே, கொடுக்கிற 500 ரூபாயில பாதி காசுக்கு மேல வந்து விடும். தவிர, இந்த திட்டத்தில் சேர்ந்தால், 500 ரூபாய் மதிப்புள்ள ஒரு 'ட்ராலி பேக்' கிப்ட் ஆகத் தருகிறார்கள். பதினைந்தாம் தேதி லாஸ்ட் டேட்'.

ஆக, அவர் அணுகுமுறையில், இலவச பைக்காகவும், பழைய பேப்பர் கடையில் கொடுத்து காசு வாங்குவதற்காகவும் மக்கள் தினசரி பேப்பர் வாங்கலாம் என்று நினைக்கிறார். அதைச் சொல்லவும் செய்கிறார்.

பேப்பர்கள் எங்கிருந்து வருகின்றன? மரங்களை அழித்து அல்லவா காகிதம் செய்கிறார்கள்? தொடர்ந்து மரங்களை அழித்து, அழித்து, காகிதம் உற்பத்தி செய்து இப்படியெல்லாம் விற்றாகவேண்டுமா? யாருக்கு லாபமோ இல்லையோ, உலகுக்கு மக்களுக்கு அது நட்டமாயிற்றே! என்பது பற்றியெல்லாம் அவருக்குத் தெரிய வில்லை.

நிறுவனம் என் பயன்பாட்டிற்குத் தந்திருந்த காரில் சென்றபோது ஒரு சிக்னலில் முந்தப் பார்த்த ஒரு டாக்சி, என் காரை நன்றாக உரசிவிட்டது. காரை பழுதுபார்க்கவேண்டும். காப்பீடு செய்திருப்பதால் சிக்கல் இல்லை என்று எங்கள் நிறுவன நிர்வாக மேலாளர், காப்பீட்டுக்காரர்களை அழைத்து காரைப் பார்க்கச் சொன்னார். கார் பழுதுபார்க்கப்படப் போனது. அங்கிருந்து சர்வீஸ் எஞ்சினியர் போன் செய்தார். முன்பக்கமும் பின் பக்கமும் சில கீறல்கள் இருப்பதாகச் சொன்னார்.

என்ன செய்யலாம் என்று கேட்டேன். மாற்றிடலாம் என்றார். கீறல்களை எடுக்க முடியாதா என்று கேட்டேன். அதெல்லாம் எதுக்கு சார்? உங்க வண்டிக்குத்தான் இன்ஷுரன்ஸ் இருக்கே. மாத்திடலாம் என்றார். மாற்றிவிட்டார். பணம் இன்ஷுரன்ஸ் கம்பெனி கொடுத்து விட்டது. கார் பார்க்க புதுக் கார் போலவே இருந்தது. கீறல்கள் தெரியவில்லை.

கழற்றப்பட்ட பாகம் என்ன ஆகும் என்று கேட்டேன். அது வேஸ்ட் சார். ஸ்கிராப் பண்ணிவிடுவோம் என்றார். அதன் பொருள் அந்த பாகங்கள் குப்பைக்குப் போய்விடும் என்பதுதான். இப்படியாக எத்தனை எத்தனை சரி செய்யக்கூடிய சிறிய பழுதுகள், கீறல்கள் இருக்கும் வாகனங்களின் பாகங்கள் உலகெங்கும் மாற்றப் படுகின்றன! குப்பைக்குப் போகின்றன!

கார் மற்றும் பிற வாகனங்களுக்கு முன்பெல்லாம் டிங்கரிங், பெயிண்டிங் என்று பழுது பார்ப்பார்கள். தற்காலத்தில் சிறு உராய்விற்குக்கூட அந்தப் பகுதியையே புதியது கொண்டு மாற்றி விடுவார்கள். சிறு கீறல் விழுந்த பாகம்? குப்பைக்குப் போகும்.

வண்டிக்காரருக்கு கூடுதல் செலவில்லை. ஏற்கெனவே கட்டிய காப்பீட்டுத் தொகைதான். பழுது பார்க்கும் நிறுவனத்துக்கு உரிய பணம் வந்துவிடுகிறது. காப்பீடு நிறுவனத்திற்கும் நஷ்டமில்லை. கட்டிய பிரிமியம் தொகை தொகுப்பில் இருந்துதான் கொடுக் கிறார்கள். எனவே சின்ன கீறலுக்கும், புதியது மாட்டலாம். சின்ன கீறல் இருந்தாலும் அது குப்பைக்குத்தான் போகவேண்டும்!

சில ஆண்டுகளுக்கு முன்பு பழைய தொலைக்காட்சிப் பெட்டிகளைப் பழுதுபார்க்கும் கடை ஒன்றுக்கு போயிருந்தேன். அந்தக் கடையில் சற்றுநேரம் நின்றபோது கவனித்தேன். நூற்றுக்கணக்கான பழைய, தூசு படிந்த டி.வி பெட்டிகள் ஒன்றின்மேல் ஒன்றாக அடுக்கி வைக்கப் பட்டிருந்தன. தற்செயலாக அடுத்த கடை வாசலைப் பார்த்தேன். பழைய, பழுதான குளிர்சாதனப்பெட்டிகள் வாஷிங் மெஷின்கள் போன்றவை கேட்பாரற்றுக் கிடந்தன. அதேபோல காவல் நிலையங்களுக்கு வெளியில் நசிந்து குப்பைகளாக சாய்ந்து கிடக்கும் கார்கள், மோட்டார் சைக்கிள்கள் போன்றவையும் அப்போது என் நினைவுக்கு வந்தன. எல்லாம் மீண்டும் பயன்படுத்தப் படாமல் குப்பைக்குப் போகவிருந்த பொருள்கள்.

இப்படியாக நாடு முழுக்க லட்சக்கணக்கான கார், வண்டிகளின் பாகங்கள், மிக்ஸி, கிரைண்டர்கள், செல்போன்கள், டி.வி-கள், பிளாஸ்டிக் நாற்காலிகள், வாஷ் பேசின்கள் என்று பழசான பலவும் குப்பைக்குப் போகின்றன.

ஒருமுறை திருச்சிக்குப் போயிருந்தபோது ரெடிமேடு சட்டை ஒன்றை ரூபாய் நானூறு கொடுத்து வாங்கினேன். சட்டையை கடையின் பெயர் போட்ட ஒரு பிளாஸ்டிக் பையில் வைத்துக் கொடுத்தார்கள். கண்ணாடித்தாளுக்குள் 'பேக்' செய்யப்பட்டிருந்த சட்டை 'பம்' மென்று எடுப்பாக இருந்தது.

தங்கியிருந்த ஓட்டல் அறைக்கு வந்ததும் அணிந்துகொள்வதற்காக கண்ணாடித்தாள் பையிலிருந்து சட்டையை வெளியில் எடுத்தேன். சட்டை மடிப்பு கலைந்துவிடாமலிருக்க, சட்டையைச் சுற்றிவைக்கப் பட்டிருந்தது, அரை இன்ச் அகலமான ஒரு சிவப்பு நிற ரிப்பன். அதைப் பிரித்தேன். சட்டை காலருக்கு முன்பக்கம் ஒரு பிளாஸ்டிக் அட்டை. அதற்கு மேல் ஒரு மெல்லிய வெள்ளை 'டிரேசிங்' பேப்பர். காலர் பட்டன் மேல் காலர் மடிந்துவிடாமல் இருக்க ஒரு முக்கோண வடிவ பிளாஸ்டிக் பட்டை. மடித்திருந்த காலருக்குள், உள்பக்கமாக ஒரு பழுப்பு நிற அட்டை. காலரில் இருந்து முதுகுப்பக்கம் முழுக்க அகலமாக ஓர் அட்டை. அட்டையிலிருந்து சட்டை நகர்ந்துவிடாமல் இருக்க, தோள்பட்டை பகுதி, வயிற்றுப்பகுதி மற்றும் கைப் பகுதிகளில் குத்தியிருந்த ஐந்திற்கும் மேற்பட்ட குண்டூசிகள் மற்றும் இரண்டு பிளாஸ்டிக் கிளிப்புகள். எல்லாவற்றையும் பொறுமையாகப் பிரித்து எடுத்துவிட்டு சட்டையை அணிந்துகொண்டேன்.

பிரித்துக் கட்டில் மேல் போட்டிருந்த பொருள்களைப் பார்த்தேன். சட்டையின் எடைக்கு சமமான எடை மற்றும் சட்டையின் அளவுக்கு இருந்த அந்தப் பேக்கிங் பொருள்கள். அவற்றால் இனி பலனில்லை. மொத்தமும் வீண். ஆக, சட்டையையும் அந்தப் பையையும் தவிர மற்றவை அனைத்தும் வீண். குப்பைக்குத்தான் போகின்றன.

இப்படியாக இரண்டு வாழைப்பழத்துக்கு, ஒரு முழம் பூவுக்கு, இரண்டு இட்லி சட்னிக்கு, ஒரு பிஸ்கெட் பாக்கெட்டுக்கு என்றும், சில கடைகளில் வாங்கும் ஒவ்வொரு கால் கிலோ காய்கறிக்கும் ஒரு தனி பிளாஸ்டிக் பை என்றும் ஒவ்வொரு மனிதனும், ஒவ்வொரு நாளும் பயன்படுத்திக்கொண்டிருக்கும் பொருள்கள் தவிர, அவற்றால் அவன் உருவாக்கும் குப்பைகளின் அளவைச் சொல்லி மாளாது.

வீட்டில் சேரும் எல்லாக் குப்பைகளையும் ஒன்று சேர்த்து, பிளாஸ்டிக் பைகளில் கொட்டி, முடிச்சுப்போட்டு, அந்தச் சிறிய பைகளை பெரிய பைகளில் திணித்து, வீட்டைவிட்டு வெளியேற்றிவிட்டு, 'அப்பாடா நம் வீடு சுத்தமாகிவிட்டது' என்று சந்தோஷப்படுகிறோம்.

வீட்டில் இருந்து தெருமுனைக்குப்போய், அங்கிருந்து குப்பை லாரிக்குள் கொட்டப்பட்டு, லாரிகளில் இருந்து ஒரு பொது இடத்திற்குப் போய்க்

கொண்டே இருக்கிறது; சாரி சாரியாக, ஒவ்வொரு ஊரில் இருந்தும்; ஒரு நாள் விடாமல்; பல நூற்றாண்டுகளாக. குப்பை என்று போகும் பொருள்கள் என்னவாகின்றன என்பதுபற்றி பலருக்கும் தெரியவில்லை. அதன் தாக்கங்கள் குறித்து அதிகம் பேசப்படுவதில்லை.

ஓட்டல் ஒன்றில் சாப்பிட்டுவிட்டு கை கழுவும் இடத்தில் என் கண்ணில் பட்ட அந்தக் காட்சி எனக்கு அதிர்ச்சி கொடுத்தது. ஒரு நபர், அவரது கழுவிய கையைத் துடைப்பதற்கு அங்கு வைக்கப் பட்டிருந்த டிஷ்யூ பேப்பரை இரண்டு மூன்று அல்ல, ஒரு கற்றை எடுத்து, கையில் வைத்து ஒரு புரட்டு புரட்டி விட்டு, வாயைத் துடைத்துக்கொண்டு அப்படியே குப்பைத் தொட்டியில் வீசி விட்டுப் போனார். குப்பைத் தொட்டியைப் பார்த்தேன். அந்த அப்படிப்பட்ட டிஷ்யூ பேப்பர்களால் அது நிறைந்திருந்தது.

கை கழுவும் இடங்களில் முன்பெல்லாம் துண்டு ஒன்று தொங்கிக் கொண்டிருக்கும். பலரும் பயன்படுத்துவதால் சில மணி நேரங்களுக்கு ஒருமுறைகூட அதை மாற்றலாம். அதற்கு முந்தைய காலங்களில் கை கழுவுகிறவர் அவர் பாக்கெட்டில் இருந்து கைக்குட்டையை எடுத்து கைகளைத் துடைத்துக்கொள்வார். அதற்கு முந்தைய காலகட்டங்களில் மேல்துண்டு அல்லது புடவைத் தலைப்பு அல்லது வேட்டியின் உள்புறம் கையைத் துடைப்பதற்கு பயன்படுத்தப் பட்டிருக்கிறது.

இன்றைய விஞ்ஞான வளர்ச்சி மட்டுமல்ல, பொருளாதார வளர்ச்சியும் டிஷ்யூ பேப்பர்வரை கொண்டு வந்திருக்கிறது. கை துடைக்க அவற்றைப் பயன்படுத்துவது பலவகைகளிலும் பலருக்கும் சுலபமாக இருக்கிறது. சுகாதாரமானதும்கூட. ஓட்டல்காரர்களுக்கும் துண்டை அடிக்கடி மாற்றும் வேலை இல்லை. டிஷ்யூ பேப்பர் கூடுதல் செலவாகலாம். அதனால் என்ன? அதற்கும் சேர்த்துத்தானே உணவுப் பண்டங்களின் விலை வைக்கப்படுகிறது! வாடிக்கையாளருக்கும் அது ஒரு பொருட்டல்ல. ஆனால் இந்த பூமிக்கு?

காகிதம் என்பது மரக்கூழில் இருந்து செய்யப்படுவது. மரக்கூழ் உற்பத்தி செய்ய, மரங்களை வெட்டவேண்டும், காடுகளை அழிக்க வேண்டும். அதனால் என்ன என்று கேட்கும் அறியாமை காலம் ஓரளவு போய்விட்டது. மக்களுக்கு காடுகள் அழிப்பதன் விளைவுகள் பற்றித் தெரியும். தவிர, 'எல்னினோ எபெக்ட்' போன்ற பருவ மாற்றங் களினால் அதிகரித்து வரும் இயற்கைச் சீற்றங்களை மக்கள் பார்த்துக்கொண்டு தான் இருக்கிறார்கள். ஆனாலும் டிஷ்யு பேப்பரில் செய்வதைப்போல பலவற்றிலும் பொருள்களை அலட்சியமாகப் பயன்படுத்துகிறார்கள்.

தொழிற்புரட்சி, இயந்திரங்களால் ஏற்பட்டிருக்கும் உற்பத்திப் பெருக்கம் ஆகியவற்றால் பற்றாக்குறைகள் குறைந்து, இப்போது பொருள்களை அலட்சியமாகவும் அனாவசியமாகவும் பயன் படுத்தும் நிலைக்கு வந்திருக்கிறோம். தனிநபர்கள் பலரின் வருமானம் பெருகியிருக்கும் காரணத்தால், அவர்கள், அவர்களால் இயலும் மற்றும் அவர்களுக்குக் கட்டுப்படியாகும் என்கிற மனப்பாங்கோடு, பொருள்களை வீணாக்குகிறார்கள்.

பள்ளிகளில், ஓட்டல்களில், ரயில்வே ஸ்டேஷன்களில் கிடைத்த தண்ணீரைப் பிடித்துக் குடித்த காலம் இருந்ததுதானே! அப்போது இவ்வளவு நோய்கள் இல்லையே! அந்த நிலை மாறிப்போய், பெரும்பாலானவர்கள் தண்ணீரை சுத்திகரித்துக் குடிக்கவேண்டிய நிலைமை வந்துவிட்டதே! இப்போது தண்ணீரை விலைக்கு வாங்குவது மிக இயல்பான ஒன்றாகி விட்டதே! கட்டாயப்படுத்தப் படுவதால் கேள்வி கேட்காமல் செய்கிறோம்.

கிராமங்கள் தவிர ஏனைய இடங்களில் ஒரு குடும்பம் ஒரு மாதத்திற்கு எத்தனை கேன் தண்ணீர் வாங்குகிறது! அதன் ஒரு நாள் தண்ணீருக்கான செலவு நபர் ஒன்றுக்கு 5 ரூபாய் என்று வைத்தால்கூட, நபர் ஒன்றுக்கு மாதம் ரூபாய் 150 வீதம், நான்கு பேர் குடும்பத்திற்கு மாதம் 600 ரூபாய் செலவு. ஆண்டிற்கு, 7,200 ரூபாய். ஒருவருடைய ஆயுள் காலமான எழுபது எண்பது ஆண்டுகளுக்கு, விலை உயராமல் இருக்கும் என்று இதே விலையில் என்று கணக்கிட்டால்கூட, ஒவ்வொருவரும் எத்தனை லட்சம் ரூபாய்கள் குடி தண்ணீருக்கு மட்டுமே செலவு செய்யவேண்டும்.

தண்ணீருக்கு அடுத்து காற்று. காற்றையும் மாசு செய்து கொண்டிருக்கிறோம். செய்யும் அளவு சிறிது என்றாலும், மிகப் பெரிய எண்ணிக்கையிலான மக்கள் இதைச் செய்கிற காரணத்தால் பாதிப்பு நிச்சயம். தொடர்ச்சியாக செய்யப்படுவதால், பாதிப்பு பெரிதாகவும் வலிமையானதாகவும் நிலையானதாகவும் ஆகப் போகிறது. சிலவற்றில் ஏற்கெனவே வந்துவிட்டது.

இப்போதே டெல்லி, பீஜிங் போன்ற நகரங்களில் மனிதர்களால் சாதாரணமாக நடமாட முடியவில்லை. தில்லியில் அடிக்கடி, ஒற்றை இலக்கத்தில் முடியும் எண்களை உடைய கார் வண்டிகளும், இரட்டை இலக்கத்தில் முடியும் வாகனங்களும் ஒருநாள் விட்டு ஒருநாள்தான் ஓட்டப்படலாம் என்கிற வரையறைகள் வந்துவிட்டன. மக்கள் வாயையும் மூக்கையும் துணி வைத்து மூடிக்கொண்டு நடக்க வேண்டியிருக்கிறது.

நேற்றைய மக்களின் தவறு, அவர்கள் செய்தவை மற்றும் செய்யாமல் விட்டவை ஆகியவற்றால் இன்றைய தலைமுறை சிரமப்படவேண்டியிருக்கிறது. மேலும், செலவு செய்யவேண்டியிருக்கிறது. அதேபோல இன்றைய தலைமுறையினர் செய்யும் தவறுகள் அடுத்தடுத்த தலைமுறைகளுக்கு இன்னும் கூடுதல் சிரமமும் செலவும் கொடுக்கப்போகின்றன.

சுமார் நாற்பது, ஐம்பது ஆண்டுகளுக்கு முன்பெல்லாம் இப்படி இல்லை. பொருள்கள் அரிதாக இருந்தன. மக்களுக்கும் அவற்றின்மீது மதிப்பிருந்தது. குறைவாகவும் நீண்டகாலத்திற்கும் பொருள்களைப் பயன்படுத்தினார்கள்.

உதாரணத்திற்கு ஒன்றைச் சொல்லலாம். தாய்க்கு வாங்கும் புதுப்புடவை, சில ஆண்டுகளுக்குப் பயன்படுத்தப்பட்டபின் சில பகுதிகளில் கிழிசல்கள் ஏற்படும். காரணம், பெரும்பாலான பெண்களிடம் நான்கைந்து புடவைகளுக்கு மேல் இருக்காது. வசதியானவர்களிடம் மட்டும் அதிகம் இருக்கலாம். அதனால் அடிக்கடி துவைக்க வேண்டும். துணிகள் கிழியும். கிழிந்த பகுதிகள் தைக்கப்பட்டு சில காலம் பயன்படுத்தப்படும். கிழிசல்கள் எண்ணிக்கை அதிகமானதும், கிழிசல்கள் பகுதிகள் நீக்கப்பட்டு, சிறிய அளவாகிவிடும் புடவை, மகளின் தாவணியாக மாறும். சில மாதங்களேனும் அப்படி உழைத்தபின், கிழிசல்கள் போக மீதம் ஜன்னல்களுக்கு திரைச் சீலையாகும். அதன் பின்பும் அது தரை துடைக்கும் துணியாகும். அதன் பின்னர்தான் அது குப்பைக்கு அனுப்பப்படும். நீண்டகாலம் பயன்பட்ட, மண்ணில் மக்கக்கூடிய பொருளான பருத்தியால் ஆன நூல் புடவை.

மற்றொரு உதாரணம் சொல்வதென்றால், காகிதங்களுக்கு மதிப்பிருந்தது. காகிதங்களை ஒருமுறை பயன்படுத்தியபின், அதன் மறுபக்கத்தை ‘ஒன் சைடு’ பேப்பராக மீண்டும் பயன்படுத்துவார்கள். அதேபோல, வந்த தபால் கவர்களில் அச்சிடப்படாத பக்கங்களிலும் எழுதுவார்கள். இரண்டு தலைமுறைக்காவது பயன்படும் ‘சாவி கொடுக்கும்’ கைக்கடிகாரங்கள், மூன்று தலைமுறைக்குமேல் பயன்படும் பித்தளை செம்பு பாத்திரங்கள், மர மேசை நாற்காலிகள், நிப்பு மட்டும் மாற்றப்படும் பேனாக்கள் என்று தொடர்ந்து உழைக்க வைக்கப்பட்ட பொருள்களாக உற்பத்தி செய்து அவற்றை வெகுகாலம் பயன்படுத்தினார்கள்.

அப்படியெல்லாம் செய்த பலரின் பொருளாதார வசதிகளுக்கு ஒன்றும் குறைவில்லை. ஆனாலும் செய்தார்கள். அப்படிச் செய்ததால் புதுப் பொருள்களின் தேவை குறைவாக இருந்தது. ஆனால் தற்போது

எல்லாமே 'பயன்படுத்திவிட்டு, எறிந்துவிடு' எனும் 'யூஸ் அண்ட் த்ரோ' (Use and Throw) முறைக்கு வந்துவிட்டன. மிக அதிக அளவில் பொருள்கள் உற்பத்தி செய்யப்படுகின்றன. பல வீணாகின்றன.

பொருளாதார முன்னேற்றம், அறிவியல் வளர்ச்சி, உற்பத்தித்திறன் பெருக்கம் என்று பலவும் ஒன்று சேர்ந்து, பொருள்களுக்கு மதிப்பில்லாமல் ஆக்கிவிட்டன. பயன்படுத்துவதுபோய் தாராள மாகவும் மலிவாகவும் கிடைப்பதால் இப்போது அவற்றை அலட்சியப்படுத்த ஆரம்பித்திருக்கிறோம். பயன்படுத்துவது, தவறாகப் பயன்படுத்துவது மற்றும் கெடுப்பது எனும் பொருள்பட, use, misuse, abuse என்பார்கள். இப்போது நடப்பது மூன்றாவதான 'அப்யூஸ்'தான்.

இப்படி பொருள்களை மிக அதிகமாகப் பயன்படுத்துவதால் பருவநிலை மாற்றங்கள் தவிர, பல உயிரினங்கள் அழியும் நிலையும் ஏற்பட்டுவருகிறது என்பது இன்னும் பலரும் உணராதது.

## உயிரினங்களின் ஆறாவது பேரழிவு

மார்ச் 2019 கணக்குப்படி, ஒவ்வொரு ஆண்டும் இந்தியா உருவாக்கும் குப்பைகளின் அளவு 6.2 கோடி மெட்ரிக் டன். ஒரு டன் என்றால் ஆயிரம் கிலோ. 6.2 கோடி ஆயிரம் கிலோக்கள் ஒரு நாளைக்கு இந்தியா மட்டும்.

இந்தியாவில் மட்டுமல்ல உலகம் மொத்தமும் இப்படித்தான் நடக்கிறது. ஆண்டு ஒன்றுக்கு இப்படியாக கொட்டப்படும் குப்பைகளின் அளவு 212 கோடி டன்கள். இதுபோல எத்தனை எத்தனை ஆண்டுகளாக செய்துகொண்டிருக்கிறோம்!

ஒரு சராசரி அமெரிக்கர் போடும் குப்பையின் ஒருநாள் அளவு, 2.2 கிலோ. ஒரு சென்னைவாசி போடும் சராசரி அளவு 650 கிராம். சென்னை மாநகராட்சியால் நாள் ஒன்றுக்கு சேகரிக்கப்படும் குப்பையின் அளவு 5,400 மெட்ரிக் டன்.

இப்படிக் குவிக்கப்படும் குப்பைகள் என்னவாகின்றன?

குப்பைகளில் உலோகங்கள், காகிதங்கள், அழுகும் பொருள்கள், நச்சுப் பொருள்கள், பிளாஸ்டிக் மற்றும் பீங்கான் கண்ணாடி என்று பல்வேறுவிதமான பொருள்கள் கலந்து கிடக்கின்றன.

உலோகங்கள், காகிதம் போன்ற சிலவற்றை மறுசுழற்சி செய்து மீண்டும் பயன்படுத்த முடியும். அழுகும் மற்றும் மக்கும் பொருள்களால் தீமை குறைவு. நாளடைவில் அவை மண்ணில்

கரைந்துவிடும். ஆனால், பெரும்பாலான குப்பைகள் இந்த வகைகளாகப் பிரிக்கப்படாமல்தான் கொட்டப்படுகின்றன.

இவற்றை வகை வாரியாகப் பிரிப்பதற்கு பெரும் முயற்சியும் நேரமும் பணமும் செலவாகும். அதனால் பெரும்பாலான நாடுகளில் அவை பிரிக்கப்படுவதில்லை. ஊர்களுக்கு நகர்களுக்கு வெளியே கொட்டப்படுகின்றன.

குவிந்துவிடும் குப்பைகள் இரு வகைகளில் கையாளப்படுகின்றன. ஒன்று 'இன்சினரேஷன்' (Incineration) எனப்படும் எரித்து அழிக்கும் முறை. இரண்டாவது முறை, செத்த மனிதர்களைப் புதைப்பதுபோல பூமியில் பெரும் பள்ளங்கள் தோண்டி புதைத்துவிடுவது. வெளியில் சொல்லப்படாத மூன்றாவது முறை ஒன்றும் இருக்கிறது. அது, குப்பைகளைக் கடலில் கொட்டி விடுவது.

எந்த அளவு கடலில் கொட்டி இருக்கிறார்கள் என்றால் 2040 ஆம் ஆண்டு வாக்கில், கடலில் வாழும் மொத்த உயிரினங்களின் எடையைக் காட்டிலும் குப்பைகளின் எடை அதிகமாக இருக்கப்போகிறதாம்.

பிளாஸ்டிக் போன்றவற்றை எரிப்பதால் சுற்றுப்புறச் சூழல் கெடுகிறது. புதைக்கும் குப்பைகள் சிலவற்றில் இருந்து மண்ணுக்குள் நச்சுப் பொருள்கள் கசிந்து சுற்றுப்புறமெங்கும் மண்ணைக் கெடுக்கிறது.

கடலில் கொட்டப்படும் பிளாஸ்டிக் மற்றும் பிற பொருள்கள் நச்சுப் பொருள்களாக மாறி கடல்வாழ் உயிரினங்களையும் அவற்றின் உணவுச் சங்கிலியில் இருக்கும் ஏனைய உயிரினங்களுக்கும் கேடு செய் செய்கின்றன.

டைனோசர்கள் முன்பு இருந்திருக்கின்றன. இப்போது இல்லை. அவை ஏன் இல்லாமல் போயின என்பதை அறிவியலாளர்கள் ஆராய்ச்சி செய்து இருக்கிறார்கள்.

அவர்களின் ஆராய்ச்சிகளின்படி டைனோசர்கள் மட்டுமல்ல, விலங்குகள் மட்டுமல்ல, முன் சில காலங்களில் இருந்த பல்வேறு உயிரினங்களும் இப்போது இல்லை. காரணம், உலகில் வாழும் உயிரினங்களில் பெருமளவு, வெவ்வேறு காலகட்டங்களில் மொத்தம் மொத்தமாக அழிந்துபோயிருக்கின்றன.

உயிரினம் என்றால் மரம், செடி, கொடி, விலங்குகள், மனிதர்கள் என்று எல்லாம். இப்படி நடப்பனவற்றை. 'மொத்தமாக இல்லாமல் போவது' எனும் பொருள் பட. 'மாஸ் எக்ஸ்டிங்ஷன்' என்கிறார்கள். இதுவரை பல லட்சம் ஆண்டுகளுக்கு ஒருமுறை என்று இதுவரை ஐந்து முறை அப்படி நிகழ்ந்திருப்பதால் இவற்றுக்கு 'பிக் 5' என்று

பெயரிட்டிருக்கிறார்கள். இப்போது நாம் எல்லோருமாகச் சேர்ந்து 'பிக் 6' என்ற ஆறாவது 'மொத்தமாக இல்லாமல் போவது' எனும் 'மாஸ் எக்ஸ்டிங்ஷன்'னை (Mass Extinction) உருவாக்கிக் கொண்டிருக்கிறோமாம்.

ஒரு மாதம் பெய்யவேண்டிய அளவு மழை, சில மணி நேரங்களிலேயே பெய்வது போன்ற இயற்கையின் புதிய செயல் பாடுகள் 'எல்நினோ எபெக்ட்' (El Nino Effect) காரணமாக என்கிறார்கள்.

உலோகங்கள், பெட்ரோலிய பொருள்கள், மரம், தாதுக்கள், மணல் என்று அறிவியல் வளர்ச்சி காரணமாக இயந்திரங்கள் உதவியுடன் பூமியை குறிப்பாக 1970 முதல் மிக வேகமாகச் சுரண்டி வருகிறோம்.

வேகம் என்றால் இயற்கை புதுப்பிக்கக்கூடிய வேகத்தைக் காட்டிலும் மிக விரைவாக. பொருளாதார வளர்ச்சி என்ற பெயரில் ஆளுக்கு இரண்டு போன்கள், இரண்டு கார்கள், இரு சக்கர வாகனங்கள், வீடுகள், வீட்டிற்குள் அதிக எண்ணிக்கையில் அறைகள், அதற்குள் பெருமளவில் இயந்திரங்கள் என்று இயற்கையை அழித்து பொருள்கள் கட்டு மானங்கள் செய்து குவிக்கிறோம்.

மேலும், ஆண்டுக்கு 8 கோடி என்கிற அளவில் மக்கள் தொகை தொடர்ந்து உயர்ந்துகொண்டே போகிறது. இதே போக்கு தொடர்ந்தால், 2050ஆம் ஆண்டுவாக்கில் இப்போது எடுப்பதுபோல மூன்று மடங்கு பொருள்களை உலகில் இருந்து எடுக்கப்-போகிறார்கள்.

இயற்கையிலிருந்து எடுப்பது, அதை குறுகிய காலம் பயன்படுத்துவது பின் குப்பை என எறிந்துவிட்டு மீண்டும் இயற்கையிடம் இருந்து எடுத்து புதிய பொருள் செய்து பயன்படுத்துவது என உலகம் ஒரு நேரியல் பொருளாதாரத்தில் - லீனியர் எக்கானமி- பெருமிதம் கொண்டு ஓடிக்கொண்டிருக்கிறது.

இப்படியாக காடுகள், மலைகள், ஆறுகள், கடல்கள், பூமிக்குக் கீழ் என்று தொழிற்புரட்சிக்குப் பின், தொடர்ந்து சில நூறாண்டுகளாக பெரும் இயந்திரங்கள் உதவியோடு பெரும் அளவில் இயற்கை சுரண்டி அழிக்கப்படுகிறது.

இயற்கையால் புதுப்பித்துத் தரக்கூடிய வேகத்தைவிட மிக அதிவிரைவாக எடுத்துத் தள்ளப்பட்டுக்கொண்டிருப்பதால் இயற்கை சூழலுக்கும், உலகில் வாழும் அனைத்து உயிரினங்களுக்கும் பெரும் அச்சுறுத்தல் ஏற்பட்டு இருக்கிறது.

உலகின் 50 நாடுகளைச் சேர்ந்த 145 அறிஞர்களால் தயாரிக்கப்பட்டு, 130 நாடுகளால் ஆமோதிக்கப்பட்டிருக்கும் 'நவீன நாகரீகத்தால் இயற்கைக்கு நேரும் சேதங்கள்' (Report by Intergovernmental Panel for Biodiversity and Ecosystem Services) என்ற ஆய்வு அறிக்கையின்படி, உலகில் தற்போதுள்ள 80 லட்சம் வகையான உயிரினங்களில் பத்து லட்சம் வகை உயிரினங்கள் இன்னும் சில பத்து ஆண்டுகளில் அழிந்துபோகும் அபாயம் ஏற்பட்டிருக்கிறது.

இந்தப் பருவ நிலை மாற்றத்தைத் தவிர்த்திருக்க முடியாதா? இந்தக் கேட்டைச் செய்யும் பலவும் தனிமனிதர்களின் சுகத்துக்காக உருவாக்கப் பட்டவை அல்லவா? ஆனால் இதன் இன்னும் மோசமான பகுதி என்னவென்றால், அவற்றால் ஏற்படும் பாதிப்புகள் அந்த வசதியைப் பெறாதவர்களும் தாங்க வேண்டியிருக்கிறது. அவர்களும் கட்டணம் செலுத்துகிறார்கள். அவர்களுடைய பற்றாக்குறை பட்ஜெட்களிலிருந்து இதற்கு பணம் செலவழிக்க வேண்டியிருக்கிறது.

**உலகில் மிக அதிக அளவில் பொருள்கள் நுகரப்படும் நாடுகளும் அவற்றில் சராசரியாக ஒரு தனி மனிதனின் ஓர் ஆண்டு (பெர் கேப்பிடா) நுகர்வும்.**

| நாடு | ஒருவரின் சராசரி நுகர்வு டன் களில் |
|---|---|
| கனடா | 28.708 |
| அமெரிக்கா | 18.568 |
| பிரான்ஸ் | 12.010 |
| ஜெர்மனி | 15.772 |
| இத்தாலி | 8.134 |
| ஜப்பான் | 8.940 |
| இங்கிலாந்து | 8.133 |

எது முன்னேற்றம்? இந்தத் தலைமுறை சுகமாக, சௌக்கியமாக, வேலை செய்யாமல் சோம்பி இருக்க, அடுத்தடுத்த தலைமுறைகளில் பிறக்கிறவர்கள் பூமியில் வாழ சிரமப்பட வேண்டுமா? அதை இந்தத் தலைமுறை செய்யலாமா?

கொஞ்சம் வசதிகள் குறைந்தால்தான் என்ன? எத்தனை தனியார் வாகனங்கள்? ஏன் வீட்டுக்கு இரண்டு கார்கள்? ஏன் ஆளாளுக்கு தனி மோட்டார் வாகனம்? ஏன் நடக்கத் தயங்குகிறோம்? ஏன் அதிக புகை கக்கும் வண்டிகளைத் தவிர்ப்பதில்லை? ஏன் பொதுப்போக்கு வரத்துகளை ஊக்குவிப்பதில்லை? பயன்படுத்துவதில்லை? அப்படி என்ன வீண் படாடோபம்? 'சோஷியல் ஸ்டேட்டஸ்'! ஏன் கார்களை நமது வெற்றியின் அடையாளமாகப் பார்க்கிறோம்?

லீனியர் எக்கானமி (Linear Economy) என்றால் நேரியல் பொருளாதாரம். மூலப்பொருள்களை எடுத்து பயன்பாட்டுப் பொருள்கள் உற்பத்தி செய்து அதைப் பயன்படுத்திவிட்டு பின்பு அதில் பழுது ஏற்பட்டபின் அல்லது பயன் தீர்ந்துவிட்டபின் அந்தப் பொருளை 'வீண்' என கழித்து ஒதுக்கி எறிந்துவிடுவது.

அதற்கு மாற்றான பொருளாதாரம், சர்குலர் எக்கானமி (Circular Economy). தமிழில் சுழற்சிப் பொருளாதாரம். மூலப் பொருள்களை எடுத்து, தேவைப்படும் பயன்பாட்டுப் பொருள்கள் உற்பத்தி செய்து, பயன்படுத்திப்பின், பயன் அற்று அல்லது பயன் குறைந்த பின், அந்தப் பொருளை பழுது பார்த்து அல்லது மேம்பாடு செய்து மீண்டும் சில காலம் பயன்படுத்துவது. அல்லது அந்த பொருளில் இருக்கும் மூலப் பொருள்களை வேறு எதற்கும் பயன்படுத்துவது.

### இந்த நிலையில் என்ன செய்யலாம்?

'எடுப்பது - உருவாக்குவது - எறிவது' (டேக்-மேக்-டிஸ்போஸ்) பொருளாதாரத்தில் இருந்து மாறி, 'எடுப்பது- நுகர்வது- மறுசுழற்சி செய்து மீண்டும் அதையே நுகர்வது' என்கிற சுழற்சிப் பொருளா தாரத்திற்கு (சர்குலர் எக்கானமி) மாறவேண்டும். பொருள்களை 'குறைவாகப் பயன்படுத்துதல், மறுபடி பயன்படுத்துதல் மற்றும் மறுசுழற்சி செய்து பயன்படுத்துதல்' (Reduce - Reuse - Recycle) என்கிற பாதைக்கு மாறி, அதிக பொருள்களைப் பயன்படுத்துவதை விடுத்து, பயன்படுத்தும் பொருள்களை மிக அதிக காலத்திற்குப் பயன் படுத்தவேண்டும். புதிய பொருள்களின் தேவைகளை குறைத்துக் கொள்ளவேண்டும்.

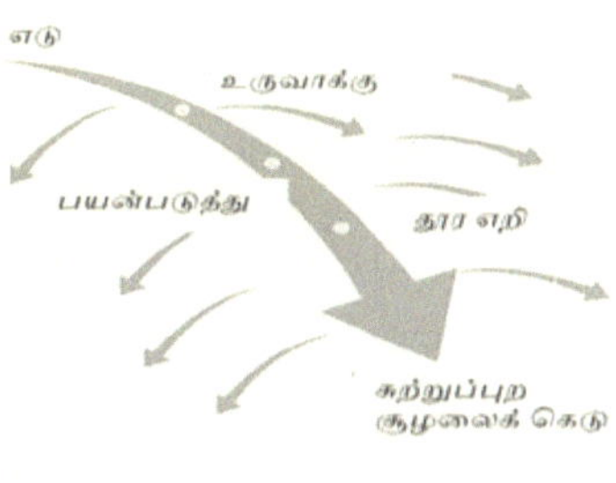


செய்து கொண்டிருக்கும் முறை
நேர்க்கோடு பொருளாதாரம்

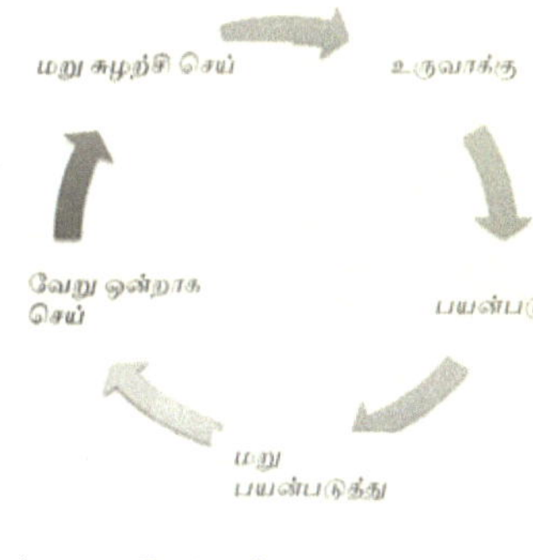


செய்யவேண்டிய முறை
சுழற்சி பொருளாதாரம்

இன்னும் பன்னெடுங்காலம் மனித இனம் வாழ, இந்த பூமிப்பந்து நெறியோடும் பொறுப்போடும் பயன்படுத்தப்படவேண்டும்.

ஒருவருக்கே அதிக எண்ணிக்கையிலான மற்றும் பெரிய வீடுகள், கார் வண்டிகள் மற்றும் பிற உபயோகப் பொருள்கள் என்பது தனிப்பட்ட மனிதர்களுக்கு, அவர்களது பொருளாதார வசதி காரணமாகத் சாத்தியப்படலாம். ஆனால், இந்த பூமிக்கு அது தாங்காது.

குறைவான பொருள்கள், பயன்படுத்த மட்டுமே பொருள்கள், பயன்படுத்தும் பொருள்களை மறுசுழற்சி செய்து முழுதாகப் பயன்படுத்துதல், குப்பைகளைக் கண்டிப்பாக வகைப்படுத்திப் போடுதல் என்று அவசரமாக செய்ய ஆரம்பிக்க வேண்டியவை பல இருக்கின்றன.

வேறு வழியே இல்லை. காரணம், மனித இனம் மட்டுமல்ல, பூமியில் வாழும் உயிரினங்கள் அனைத்தும் அடுத்த சில தலைமுறைகளோடு முடிந்துவிடக்கூடாது.

பருவநிலை மாற்றம் குறித்து, இந்தியா, ஐ.நா.சபைக்குக் கொடுத்த அறிக்கையின்படி, 1901ஆம் ஆண்டு முதல் 2015 ஆம் ஆண்டு வரையிலான காலகட்டத்தில் ஆண்டு சராசரி வெப்பம் ஒரு நூற்றாண்டுக்கு 0.63 டிகிரி செல்ஷியஸ் வீதம் அதிகரித்திருக்கிறது. இதனால், பருவநிலை மாற்றங்கள் ஏற்பட்டு, 1951 முதல் 2015 ஆண்டுக்குள் 'ரெயின் ஸ்டார்ம்' (Rain Strom) நிகழ்வுகள் மற்றும் 'ஃப்ரீக்குவன்ஸி ஆப் டிரை டேஸ்' (Frequency of Dry Days) எனப்படும் 'வறட்சியான நாட்களின் நிகழ்வுகள்' இந்தியாவில் அதிகரித்திருக்கிறது.

‘சிறிய அளவுகளில்தானே செய்கிறோம்! எல்லோரும்தானே செய்கிறார்கள்! இதைச் செய்யாமல் வேறு எப்படி?’ என்று நினைத்து பெரும்பாலானவர்கள் செய்யும் சில வேலைகளால் எதிர்காலச் சந்ததியினர் சந்திக்கப்போகும் சவால்கள் சிரமங்கள் ஏராளம்.

# 2

## பிளாஸ்டிக் என்ன செய்கிறது?

உலகின் பல நகரங்களிலும் வந்துவிட்ட பெரிய சங்கிலித்தொடர் கடைகளில் ஒன்று, சென்னையில் ராஜா அண்ணாமலைபுரத்தில் என் வீட்டருகில் அமைந்திருக்கிறது.

ஓர் ஆண்டுக்கு முன்பு, ஒருமுறை அந்தக் கடைக்கு காய்கறி வாங்கப் போயிருந்தேன். அழகாக வடிவமைக்கப் பட்டிருந்த அலுமினிய ‘டிரே’க்களில் காய்கறிகள். பீன்ஸ், கேரட், வெண்டை, கொத்தவரை எனப் பல்வேறு வகைகள். அந்த டிரேக்கள் அருகே அலுமினியக் கம்பிகளில் சுற்றி பிளாஸ்டிக் பைச் சுருள்கள் வைக்கப்பட்டிருந்தன.

பொருள்கள் வாங்க வந்திருந்த வாடிக்கையாளர்கள், ஆண்கள், பெண்கள், பெரியவர்கள் என எல்லோருமே சர்வ சாதாரணமாக, அந்த உருளையில் இருந்த பிளாஸ்டிக் பைகளின் சுருளைப் பிரித்து, இழுத்து, சர சரவெனக் கிழித்து, அதனுள் அவர்கள் தேர்வு செய்த காய்கறிகளை போட்டுக்கொண்டார்கள். பின்னர் அவற்றை எடை போட்டு பணம் கொடுக்கும் கவுண்டருக்குப் போனார்கள். பணம் பெற்றுக் கொண்டவர், ‘நீங்கள் கைப்பை கொண்டு

வந்திருக்கிறீர்களா?' என்று கேட்டதற்கு, சிலர் உதட்டைப் பிதுக்கி இல்லை என்று சாதாரணமாக பதில் சொன்னார்கள்.

அவர் மேலும் ஐந்து ரூபாயை பில்லில் சேர்த்துக்கொண்டு அவர்கள் கடைப்பெயர் போட்ட பிளாஸ்டிக் பை ஒன்றில் அந்தச் சிறு சிறு காய்கறி பிளாஸ்டிக் பாக்கெட்டுகளைப் போட்டுக்கொடுக்கிறார். பத்துவிதமான கால் கிலோ அல்லது அரைக் கிலோ காய்கறிகள். பத்திற்கும் பத்து தனித்தனி பிளாஸ்டிக் பைகள். அவற்றை எல்லாம் போட மேலும் ஒரு பெரிய பிளாஸ்டிக் பை. அவர்கள் வந்த வண்டிகளில் ஏறி வீட்டிற்கு எடுத்துப் போனார்கள். வீட்டிற்கு எடுத்துப்போன அந்தப் பிளாஸ்டிக் பைகள் என்ன ஆகும்?

இந்தியாவில் பயன்படுத்தப்படும் பிளாஸ்டிக் 60 சதவிகிதம்மட்டுமே மறுசுழற்சிக்குப் போகிறதாம். மீதம் 40 சதவிகிதம் மண்ணில் கலக்கிறது. இன்னமும் இது தொடர்ந்துகொண்டிருக்கிறது. இதற்கு முன் எத்தனை விழுக்காடு? முன்பைவிட இப்போது பரவாயில்லை என்றாலும் இன்னமும் அதிகம்தான். காரணம், உருவாக்கம் அவ்வளவு வேகமாக அதிகரிக்கிறது. மலிவாகவும் கிடைக்கிறது.

வீடுகளில், நிறுவனங்களில், வியாபார இடங்களில், ஏனைய இடங்களில் பயன்படுத்திய பின், இவற்றை மக்கும் குப்பை, மக்காத குப்பை என்று மக்களால் பிரிக்கமுடியாதா? பிரித்துத் தனித்தனியாக வைத்து, சேகரிக்க வருபவர்களிடம் கொடுக்க முடியாதா?

முடியும். இது ஒன்றும் செய்ய முடியாதது அல்ல. அரிசியில் கல் பொறுக்கி சமைத்துச் சாப்பிட்ட மனிதக் கூட்டம்தானே நாம்! இதைச் செய்வதில் சிரமம் இல்லை. ஆனால், செய்வதில்லை. சோம்பல், அலட்சியம், என்ன ஆகிவிடப் போகிறது என்கிற மனப்போக்கு. மேலும், 'நான் ஒருவன் / ஒருத்தி மட்டும் செய்வதனால் என்ன மாறி விடவா போகிறது?' என்கிற நினைப்பு.

**தற்சமயம் சந்தையில் கிடைக்கும் 'பேக்கேஜிங்' பொருள்களில் உபயோகப்படுத்தப்படும் பல்வேறு பொருள்களின் சதவிகிதங்கள்**

| | | |
|---|---|---|
| பேப்பர் | - | 34% |
| நெகிழ்வான பிளாஸ்டிக் | - | 10% |
| கெட்டியான பிளாஸ்டிக் | - | 27% |
| கண்ணாடி | - | 11% |
| குளிர்பான கேன்கள் | - | 6% |
| மற்ற உலோகம் | - | 9% |
| மற்றவை | - | 3% |

‘எல்லோரும் நிறுத்தட்டும் நானும் நிறுத்துகிறேன்’ என்று எவரும் வெளிப்படையாகச் சொல்வதில்லை. ஆனால், அதுதான் அவர்கள் நினைப்பாக இருக்கிறது. எல்லோரும் நிறுத்த சட்டங்கள்தான் போடவேண்டும். தண்டனைகள் கடுமையாக்கப்பட வேண்டும். வேறு வழியில்லை.

கடைக்குச் செல்லும்போது துணிப் பைகள் கொண்டுபோக முடியாதா? பாத்திரங்களில், பாட்டில்களில் பால் வாங்க முடியாதா? எண்ணெய் வாங்க முடியாதா? கோணிப்பைகளுக்கு என்ன குறை? ஏன் முடியாது? இப்படித்தான் செய்யமுடியும் என்று நிலைமை மாறிவிட்டால், செய்யாமல் இருப்பார்களா? நிலைமையில் இன்னும் நிர்ப்பந்தம் வரவில்லை என்று நினைக்கிறார்கள்.

**சில சின்னச் செயல்களால், பெரிய விளைவுகள் ஏற்படுகின்றன. நாம் செய்யும் இன்றைய சிறிய தவறுகளுக்கு நாளைய தலைமுறையினர் பெரிய தண்டனை அனுபவிக்கப் போகிறார்கள். செய்பவர், இந்தத் தலைமுறையினர். தண்டிக்கப்படுபவர் அடுத்தடுத்த தலைமுறையினர்!**

## இப்போது வந்திருக்கும் சிறிய கவனம், மாறுதல்

இப்போதைக்கு தமிழ்நாட்டில் அதுவும் சில நகரங்களில் கொஞ்சம் கவனம் வரப்பெற்று சரி செய்ய ஆரம்பித்திருக்கிறார்கள். தவிர்க்கத் தொடங்கி இருக்கிறார்கள். ஆனால், இன்னமும் முழு வேகத்தில், பல ஊர்களிலும், கொஞ்சமும் வருத்தமோ குற்ற உணர்வோ இன்றி, பலரும் தொடர்ந்து பயன்படுத்திக்கொண்டே இருக்கிறார்கள்.

குப்பை போடுவது, காய்கறிக் கழிவுகள், சமைத்த உணவுப் பொருள்கள், ஒரு பெரிய குப்பை காகிதங்கள், பிளாஸ்டிக் பொருள்கள், கண்ணாடி சாமான்கள், குழந்தைகள் பெரியவர்கள் பயன்படுத்திய டயப்பர், உடைத்த சிமெண்ட் தரை சில்லுகள், மரத்தின் கழிவுகள் அனைத்தையும் ஒன்றாகக் குவித்து தெருவோரங்களில் தள்ளிவிட்டு, வேலை முடிந்தது என நகர்ந்து கொள்வது. இப்படிச் சில மனிதர்கள்; என்ன சொல்லியும் எவ்வளவு சொல்லியும் கேட்பதில்லை.

பிளாஸ்டிக் எனும் பெரும் கேடு வந்து பூமியில் சேர்வதால் அதனால் பல வியாதிகள் (கேன்சர் போன்றவை) வருகின்றன எனப் பலரும் கத்தியும் கதறியும் ஒரு பலனுமில்லை.

பெரு வியாபாரிகளில் சிலர் மட்டும் அடையாளம் தெரிந்துவிடுமே என நடவடிக்கைகளுக்கு அஞ்சி அவற்றைத் தவிர்த்துக் கொண்டிருக் கிறார்கள். சிறு வியாபாரிகளுக்கு அதைப்பற்றி கொஞ்சமும் விழிப்புணர்வு இல்லை. குற்ற உணர்வும் இல்லை. கெடுபிடி இல்லை என்பதால், முன்பு கொஞ்சம் குறைத்து அதை மீண்டும் இப்போது தைரியமாகப் பயன்படுத்துகிறார்கள்.

ஒவ்வொரு நாளும், இன்னமும் உணவுப் பொருள்களும், மளிகைப் பொருள்களும், பழங்களும், பிளாஸ்டிக் பைகளில் வந்து கொண்டேதான் இருக்கின்றன.

சுவற்றில் லேசாக ஆரம்பிக்கிற ஒரு விரிசலை அப்போதே சரி செய்ய முனைந்தால், அதற்குத் தேவைப்படும் நேரம், உழைப்பு, பொருள்கள் ஆகிய அனைத்துமே குறைவு. அப்படி அதற்கு முக்கியத்துவம் கொடுத்து, உடனடியாக சரி செய்யாமல் விட்டால், விரிசல் பெரிதாகி, பின்னர், அதிக நேரம், கூடுதல் பொருள்கள், அதிக உழைப்பு ஆகியன செலவழித்துத்தான் விரிசலை சரி வேண்டி இருக்கும். தாமதமானதால் பாதிப்பு சுவற்றைத்தாண்டி, கட்டடத்திற்கும் பரவியிருக்கலாம்.

பிரச்னை சிறிதாக இருக்கிறபோதே சரி செய்வது சுலபம். வளரவிட்டுவிட்டால் சிரமம், செலவு மற்றும் விரயம்.

சரி. சிலர் ஏன் உடனடியாக சரி செய்வதில்லை?

சிலர் அப்படி விடுவதற்குக் காரணம், அவர்களது அறியாமை. வேறு சிலருக்கு விளைவுகள் குறித்துத் தெரியும். ஆனாலும் செய்ய மாட்டார்கள். காரணம், 'என்ன பெரிதாக ஆகிவிடப்போகிறது! பார்த்துக் கொள்ளலாம்' என்ற அலட்சியம் அல்லது 'எது வந்தாலும் பின்னால் பார்த்துக் கொள்ளலாம். இப்போதைக்கு எதுவும் செய்யவேண்டாம்' என்கிற சோம்பல்.

உடல்நலம், கார் வண்டிகள், இயந்திரங்கள், வீடு, தொழில், வியாபாரம், படிப்பு, உறவுகளில் விரிசல், என்று பலவற்றிலும் இப்படி உடனடியாக செய்யவேண்டியதைச் செய்யாமல், அலட்சியமாக சோம்பலாக இருப்பவர்கள், அவற்றால் உண்டாகும் நஷ்டத்தை சந்திப்பார்கள். அவர்கள் செய்த குற்றத்துக்கு அவர்களுக்குக் கிடைக்கும் தண்டனை என்பது சரிதான்.

ஆனால்... யாரோ செய்த தவறுகளுக்கு வேறு சிலருக்கு தண்டனை என்றால், அது சரியா? ஏற்றுக்கொள்ளக் கூடியதா? யாரோ

செய்யாமல் விட்டவைகளுக்காக வேறு சிலருக்கு அபராதமா? கடுமையான தண்டனைகளா?

ஆமாம். அப்படித்தான் நடந்துகொண்டிருக்கிறது. இது அநியாயம் என்று உணராமலேயே ஒரு சிலரால் அல்ல, பலரால் கூட்டம் கூட்டமாக, பல ஆண்டுகளாக செய்யவேண்டியவற்றை செய்யாமல் விட்டு வருகிறோம். செய்யக்கூடாதவைகளை செய்து வருகிறோம். அவற்றின் சுமை வேறு பலர் தலையில் விழுகிறது. மேலும் இன்னும் பிறக்காத அடுத்தடுத்த தலைமுறையினர்கள் தலைகளில் போடுகிறோம்.

### வருங்கால செலவு

சிங்கப்பூர் போன்ற சில நாடுகளுக்கு ஒரு குறிப்பிட்ட பற்றாக்குறை இருக்கிறது. இந்தியர்களாகிய நம்மால் அதிகம் உணரமுடியாத பற்றாக்குறை அது. அந்தப் பற்றாக்குறை, அவர்களுக்கு இருக்கும் நிலப் பரப்பின் அளவு. ஆஸ்திரேலியாவுடன் ஒப்பிட்டால், சிங்கப்பூரை போல ஆஸ்திரேலியா 10,764 மடங்கு பரப்பளவில் பெரிது. இந்தியா, சிங்கப்பூரைப் போல 4571 மடங்கு பெரியது. பற்றாக்குறையை கொஞ்சமாகிலும் சரி செய்துகொள்ள அந்த நாடு, அதன் கடற்கரை ஓரங்களில் மண்ணைக் கொட்டி, நிலத்தை மீட்டுருவாக்கம் எனும் 'லேண்ட் ரீக்ளமேஷன்' (Land Reclamation) செய்கிறார்கள். (1965 முதல் 2015 வரையிலும் 138 சதுர கிமீ நிலத்தை உருவாக்கியிருக்கிறார்கள்).

மண்கூட இந்தப் பூமியில் குறிப்பிட்ட அளவுதான் இருக்கிறது. இருப்பது அதிக அளவு என்று கருதினாலும்கூட, அதற்கும் நிச்சயம் ஓர் அளவு உண்டு. இருப்பதைக் காட்டிலும் அதிகம் வேண்டு மென்றால், பூமிக்கு வெளியில் இருந்துதான், பிற கிரகங்களில் இருந்துதான் கொண்டு வரவேண்டும்.

அப்படிப்பட்ட, முக்கியத்துவம் வாய்ந்த, தாவரங்கள் வளரக்கூடிய மண்ணை எடுத்து, சட்டி பானைகள், செங்கற்கள், ஓடுகள், பொம்மைகள், குவளைகள் செய்கிறோம். செய்த மண் பொருள்கள் உறுதியாக இருப்பதற்காக அவற்றை தீயினால் சுடுகிறோம். சுட்ட மண் பிறகு, என்ன செய்தாலும் மீண்டும் உயிருள்ள, விவசாயத்திற்கு ஏற்ற மண்ணாக மாறவே மாறாது தெரியுமல்லவா?

சிலர் பிளாஸ்டிக்கைத் தவிர்க்கிறோம் என்று சுட்ட மண் குவளைகளில் தேநீர் கொடுக்கிறார்கள். ஒருமுறை பயன்படுத்தி விட்டு தூர எறியும் ஒரு தேநீர் குவளைக்காக இந்தப் பூமியில் இருந்து குறிப்பிட்ட அளவு மண்ணை நிரந்தரமாக சுட்டு அழிப்பதா?

கொஞ்சம் மண்ணெடுத்து சில லட்சம் குவளைகள் செய்தால் இந்த பூமி மொத்தமாகக் கெட்டுவிடுமா, என்ன? இதெல்லாம் அதீத பயம் மற்றும் கற்பனை என்று சிலர் நினைக்கலாம். சொட்டுச் சொட்டாக கசியும் தண்ணீர் நாள் முழுவதும் போனால் எவ்வளவு என்று கணக்கிட்டால் அது சில வாளிகள் அளவு என்று தெரியவரும் அல்லவா. அது போலத்தான் இதுவும். கொஞ்சம் கொஞ்சம்தானே என்று சில பல தசமங்களாக பலவற்றையும் செய்து, இன்று அவற்றால் விளையும் கேடுகளின் அளவை, வீரியத்தை தீவிரத்தைக் கண்டு மிரண்டுதானே போயிருக்கிறோம்!

மனிதர்கள் வாழாத அண்டார்டிக்கா கண்டம்வரை பிளாஸ்டிக் துகள்கள் பரவியிருக்கின்றன. கடலில் ஒரு பகுதி பிளாஸ்டிக் கழிவுகளால் மூடப்பட்டிருக்கிறது. அமெரிக்கா அருகில் கலிபோர்னியாமுதல் ஹவாய் தீவுகள்வரை கடலில் பிளாஸ்டிக் கழிவுகள் மிதக்கின்றனவாம். அதற்கு, 'தி கிரேட் பசிபிக் கார்பேஜ் பேட்ஜ்' (The great pacific garbage patch) என்று பெயர் கொடுத்திருக்கிறார்கள். கடலில் கொட்டப்படும் பிளாஸ்டிக், கடல்வாழ் உயிரினங்களை ஒழித்துவிடும் அளவு உயர்ந்து கொண்டே போகிறது.

சிறிய அளவுகளில்தானே!
எல்லோரும்தானே செய்கிறார்கள்!
இதைச் செய்யாமல் வேறு எப்படி?

என்பது போன்ற மனோபாவங்கள் காரணமாக உலகில் பெரும் பாலானவர்கள் செய்யக்கூடாதவை பலவற்றையும் தொடர்ந்து செய்து வருகிறோம்.

வெளியில் போய்விட்டுவந்து வீட்டில் கழற்றிப் போட்ட துணியில் இருந்து ஒரு சில மூட்டைப்பூச்சிகள் கட்டிலுக்கும் நாற்காலிகளுக்கும் இடம்பெயர்கின்றன என்று வைத்துக்கொள்வோம். அவை வளரும். எண்ணிக்கையில் பெருகும். தொடர்ந்து பல மாதங்கள் அவற்றைக் கண்டுகொள்ளாமல் விட்டுவிட்டால் வீட்டில் இருக்கும் கதவு, ஜன்னல்கள், அலமாரிகள், கட்டில், மேசை நாற்காலிகள் என எல்லாவற்றிலும் மூட்டைப்பூச்சி பரவியிருக்கும்.

அந்த நிலையில் இனி அந்த வீட்டில் அதே நிலையில் வாழ்வது சிரமம் என்றான பின்பு, எல்லாவற்றையும் எடுத்துப்போட்டு, பூச்சி மருந்தடித்து, வெயிலில் காயவைத்து, அவற்றை முற்றிலும் ஒழிக்க மிகப் பெரும் பாடுபட வேண்டியிருக்கும். சில ஆயிரம் ரூபாய்கள், பல மணி நேரங்கள் செலவு செய்து மற்றும் அந்த நேரம் மற்றும்

பணத்தில் செய்யக்கூடிய சிலவற்றையும் செய்யமுடியாமல் மேலும் சில இழப்புகளும் ஏற்படும்.

இதை இவ்வளவு தூரம் வளரவிட்டு இருக்கவேண்டுமா? மூட்டைப் பூச்சி இருக்கும் திரையரங்குகள் போன்ற இடங்களுக்குப் போய் வந்த அன்றே, வீட்டிற்கு வந்ததுமே, அணிந்திருக்கும் துணிகளை உரிந்து தனியே தண்ணீரில் நனைத்து வீட்டிற்கு வெளியில் வைத்திருக்கலாம். இப்படிக்கூடச் செய்வார்களா என்ன! என்று சிலர் கேட்கலாம். இப்படித்தான் செய்யவேண்டும். ஒரு மூட்டைப்பூச்சியை வீட்டில் இருக்கும் மரப் பொருளில் சேர அனுமதித்துவிட்டால் ஆபத்துதான். அதன்பின் அது, அதன் போக்கில் வளர்ந்துகொண்டே இருக்கும்.

மூட்டைப்பூச்சியுடன் வீட்டிற்கு வந்த அன்றே, உடனே ஏன் செய்வதில்லை? அறியாமை ஒரு காரணமாக இருக்கலாம். மற்றொரு சாரார் செய்யாமல் இருக்கக் காரணம், 'என்ன ஆகிவிடப் போகிறது!' என்கிற அலட்சியம் மற்றும் 'இதைச் செய்யத்தான் வேண்டுமா?' என்கிற சோம்பல் ஆகிய இரண்டுமாக இருக்கலாம். அறியாமையோ அலட்சியமோ சோம்பலோ, காரணம் எதுவாக இருந்தாலும் விளைவு ஒன்றுதான். ஆபத்தானதுதான். அப்போதே செய்திருந்தால் சிறு வேலை மற்றும் செலவு கிடையாது. பின்னால் செய்யும்போது, மிக அதிக வேலை, தொந்தரவு, அதிக செலவு மற்றும் சில பொருள்களின் இழப்பு.

வீட்டில் இப்படிச் சிலவற்றைச் செய்யத் தவறுவதுபோல, சமுதாயத் திலும் பூமியிலும் கோடிக்கணக்கானவர்கள் பலவற்றையும் சோம்பல் மற்றும் அலட்சியம் காரணமாக செய்ய வேண்டியவற்றைச் செய்யாமல் விடுகிறோம் அல்லது செய்யக் கூடாததைச் செய்கிறோம். இவற்றின் பின்விளைவுகள் மிகப்பெரியதாக, சிரமம் தருவதாக இருக்கும்.

மிகச்சிறிய தேவைகளுக்குக்கூட பிளாஸ்டிக்கை பயன்படுத்துவது இப்படிப்பட்ட செயல்களில் ஒன்று. கடைக்குப் போகும்போது சொந்தமாக ஒரு பையை எடுத்துச் செல்ல முடியாதவர்கள் ஆகிவிட்டோம்! நாமாக வேண்டுமென்று செய்யவில்லைதான். ஆனாலும் நிலைமை அதுதான்.

பிளாஸ்டிக் பைகள் உருவாக்கப்பட்டன. அவை மலிவாக இருந்தன. அதனால் கடைக்காரர்கள் இலவசமாகவே கொடுக்கிறார்கள். வாடிக்கை யாளர்களுக்கு சௌகரியமாக இருக்கிறது. வாங்கிக்கொள்கிறார்கள். இப்படியே நாள்தோறும், ஒவ்வொரு பொருளுக்கும், ஒவ்வொரு நாடுகளிலும், உலகம் முழுக்க செய்துகொண்டே இருக்கிறோம். தொடர்ந்து, பல ஆண்டுகளாக.

இவற்றின் விளைவு மூட்டைப்பூச்சியை வீட்டிற்குள் கொண்டுவந்து விட்டது போலத்தான். தொடர்ந்து செய்துகொண்டே இருக்கிறோம். எங்கே எப்படி இதை நிறுத்துவது என்று முடிவெடுக்க முடியாமல் கொஞ்சம் குற்ற உணர்வோடுதான்... ஆனாலும் தொடர்ந்து செய்துகொண்டிருக்கிறோம்.

இவற்றில் பல பிளாஸ்டிக் கழிவுகள் மக்கி அழிவதற்கு பல நூறு ஆண்டுகள் ஆகுமாம். 15 ரூபாய்க்கு வாங்கும் தண்ணீர் பாட்டில் 450 ஆண்டுகளுக்கு பூமியில் இருக்கும். எவ்வளவு சாதாரண தேவைகளை நிறைவேற்றிக்கொள்ள எவ்வளவு கேடு தரும் தீர்வை கொஞ்சமும் குற்ற உணர்வு இல்லாமல் துணையில்லாமல் பயன்படுத்திக் கொண்டிருக்கிறோம்!

சில வகை குப்பைகள் மக்கி மண்ணோடு கலக்க ஆகும் காலம்

| | | |
|---|---|---|
| ரயில் டிக்கெட் | - | 2 வாரங்கள் |
| ஆரஞ்சு தோல் | - | 6 மாதங்கள் |
| பால் அட்டைப்பெட்டிகள் | - | 5 ஆண்டுகள் |
| தகர டின்கள் | - | 50 ஆண்டுகள் |
| பேட்டரிகள் | - | 100 ஆண்டுகள் |
| பிளாஸ்டிக் பாட்டில்கள் | - | 450 ஆண்டுகள் |

நனைந்து சுமப்பது என்பார்கள். வேட்டி, சட்டை, சேலையை எடுத்துச் செல்லும்போது, அவை லேசான கனமாகத்தான் இருக்கும். அவை கையிலிருந்து தவறி தண்ணீர் வாளிக்குள் விழுந்து விடுகிறது என்று வைத்துக்கொள்வோம். இப்போது அதே துணிகளின் கனம் கூடுதலாக இருக்கும். தூக்கிச் செல்வது கடினம். இதைத்தான் 'நனைத்து சுமப்பது' என்பார்கள்.

இன்று உலகத்தில் பலவற்றையும் எல்லோரும் நனைத்து சுமக்கிறோம். நாமே சுமந்தால்கூடப் பரவாயில்லை. நனைத்து, நனைத்து வருங்காலச் சந்ததியினர் தலையில் வைத்து சுமக்கச் சொல்கிறோம். நிதித்துறையில், 'ஸ்டாண்டர்டு காஸ்டிங்', 'மார்ஜினல் காஸ்டிங்' என்று சில முறைகளில் செலவுகளைக் கணக்கிடுவார்கள்.

### பியூச்சர் காஸ்ட்

எதிர்கால சந்ததியினருக்கு நாம் உருவாக்கும் சிக்கலைப் புரிய வைக்க நான், புதிதாக 'பியூச்சர் காஸ்டிங்' என்று ஒரு கருத்துருவாக்கம் (கான்செப்ட்) சொல்கிறேன்.

ஒருவரிடம் கைமாற்றாக லட்ச ரூபாய் பணம் வாங்குகிறோம். அன்று மாலையிலேயே திருப்பிக் கொடுத்துவிட்டால், அந்தப் பணத்திற்கு வட்டி எதுவும் தரவேண்டாம். ஒரு மாதம் வைத்திருந்துவிட்டுக் கொடுத்தால், அதற்கு 12 சதவிகிதம் வீதம், 1000 ரூபாய் வட்டி சேர்த்துக் கொடுக்கவேண்டும். ஆயிரம் ரூபாய் என்பது, அந்தக் கடன் பணத்தின் ஒரு மாத, 'காஸ்ட்' செலவு. இது தெரிந்ததுதான்.

நான் சொல்லும் 'பியூச்சர் காஸ்ட்' என்பது, இன்றைக்கு நாம் செய்யும் செயல் மற்றும் செய்யாமல் விட்டுவிடும் சில செயல்களால் அடுத்தடுத்த தலைமுறையினருக்கு உண்டாகக்கூடிய 'வருங்கால செலவை'த்தான் நான், 'பியூச்சர் காஸ்ட்' என்கிறேன்.

இன்றைக்கு நாம் பயன்படுத்தும் ஒரு பிளாஸ்டிக் பாட்டில் தயாரிப்பு அடக்க விலை சுமார் ஆறு ரூபாய். இது அந்த பிளாஸ்டிக் பொருள் உற்பத்தி செய்ய ஆகும் செலவு. பிளாஸ்டிக்கை தவிர்க்க வேண்டுமென்றால், இந்தப் பயன்பாட்டிற்கு உலோகத்தினால் ஆன ஒரு குடுவையோ அல்லது பாத்திரமோ பயன்படுத்த வேண்டும். அப்படித்தான் முன்பெல்லாம் கூஜாக்கள் மற்றும் தூக்குச் சட்டிகள் வைத்திருந்தோம். அவை விலை அதிகம். ஆனால், அவற்றை பல ஆண்டுகளுக்குப் பயன்படுத்த முடியும். பின்பு பழைய சாமான் கடையில் எடைக்குப் போட்டால் பணம் பார்க்கலாம். 'மெட்டல்' விலை கிடைக்கும்.

2019ம் ஆண்டில் பிளாஸ்டிக் பாட்டில்களை ஜப்பானில் தயாரிக்க ஆகும் செலவு 4 சென்ட். ஐரோப்பிய ஒன்றியத்தில் ஒரு பாட்டில் உற்பத்தி செய்ய 3.25 சென்ட், சீனாவில் 3 சென்ட்டுக்கும் குறைவு. அமெரிக்காவில் 2 செண்ட். மத்திய கிழக்கு நாடுகளில் எரிபொருள் விலை மிகவும் குறைவாக இருப்பதால் ஒரு பாட்டில் உற்பத்தி செய்ய ஆகும் செலவு 1.75 சென்ட் மட்டுமே.

ஆனாலும் அவற்றைத் தவிர்த்து பிளாஸ்டிக் பாட்டில் பயன்படுத்த ஆரம்பித்ததற்குக் காரணம், அது கொடுக்கும் சௌகரியம். பார்த்த இடத்தில் வாங்கலாம். பாட்டில் தண்ணீர் 20 ரூபாய்தான். குடித்தபின் எறிந்துவிடலாம். நஷ்டமில்லை. ஆக, சுலபமாக இருக்கிறது. கூஜா, தூக்குச் சட்டிபோலத் தூக்கிக்கொண்டு அலையவேண்டியதில்லை.

நம் தலைமுறையினரின் இந்த சௌகரியத்திற்கு, சோம்பலுக்கு விலை உண்டு. அதை நாம் கொடுப்பதில்லை. பலன் மட்டுமே நமக்கு. கிரெடிட் கார்டுபோல, இந்த பலனுக்கான விலையைப்

பின்னால்தான் கொடுக்கவேண்டும். வட்டியோடு. கொடுக்கப் போவது நாமில்லை. நாம் பயன்படுத்திவிட்டு எறியும் பிளாஸ்டிக் பாட்டில்கள் அனைத்தும் முறையாக மறுசுழற்சி செய்யப்படுவதற்கு சேகரிக்கப்படுவதில்லை. சுமார் 50% மறுசுழற்சிக்குப் போனால் அதிகம் என்பதுதான் தற்போதைய நிலை.

அப்படி வராமல் குப்பைக்குப் போகும் ஏனைய பாட்டில்கள் மக்காமல், தண்ணீரை, காற்றை, பூமியைக் கெடுக்கும். அதன்மூலம், வாழும் மனிதர்களுக்கு கிடைக்கக்கூடிய பொருள்களின் தரம் கெடும். அதனால் மக்களின் ஆரோக்கியத்திற்கும் ஆயுளுக்கும் கேடு ஏற்படும். இவற்றையெல்லாம் தவிர்க்க, வருங்கால சந்ததியினர் போராடு வார்கள். மருத்துவ செலவு உட்பட பல்வேறு செலவுகளை அவர்கள் செய்ய நேரிடும். பிறக்கும் பிள்ளைகளுக்கு குறைபாடுகள் இருக்கும்.

இவையெல்லாம் நாம் 'அனுபவிப்பதற்கு' அவர்கள் கொடுக்கும் விலை. இது நியாயமா?

இத்தகைய கேடுகள் பிளாஸ்டிக் தண்ணீர் பாட்டில்களால் மட்டு மல்ல. மற்ற பல பிளாஸ்டிக் பொருள்களாலும் ஏற்படும். ஆனால், அந்தப் பொருள்களை வாங்கும்போது, பயன்படுத்தும்போது அப்படிப்பட்ட எதிர்கால 'செலவுகள்' உள்ளே ஒளிந்திருப்பது நம் கண்களுக்குத் தெரியவில்லை. ஆனால், அவையெல்லாம் வருங்காலத்தவர் நிச்சயம் செய்ய வேண்டிய செலவுகள்; படவேண்டிய கஷ்டங்கள். இவற்றைத்தான் நான், 'வருங்கால செலவுகள்' எனும் பொருள்பட, பியூச்சர் காஸ்ட்' என்கிறேன்.

### இந்த நிலையில் என்ன செய்யலாம்?

'இல்லை. எனக்கு அவசியம் வேண்டும். நான் பிளாஸ்டிக் தண்ணீர் பாட்டில்கள் பயன்படுத்துவேன்' என்று சொல்பவர்கள் வெறும் ஆறு ரூபாயை மட்டும் அந்தப் பாட்டிலுக்கு கொடுக்க அனுமதிக்கக் கூடாது. அந்த ஒரு பாட்டில் ஏற்படுத்தும் கெடுதலை சரி செய்ய, கவனிக்கவும். 2050ம் ஆண்டில் ஒரு பிளாஸ்டிக் பாட்டில் தயாரிக்க அல்ல. நாம் இப்போது உற்பத்தி செய்து பயன்படுத்திவிட்டு குப்பையாக எறிவதைச் சரி செய்ய, அதனால் ஏற்படும் மற்ற இழப்புகளையும் சேர்த்து 6000 ரூபாய் ஆகலாம். 2100 ஆம் ஆண்டில் 6 லட்ச ரூபாய் கூட ஆகலாம். பின்னால் அவ்வளவு செலவு வைக்கக் கூடிய ஒன்றை இப்போது எப்படி 6 ரூபாய்க்கு அனுமதிப்பது?

பிளாஸ்டிக் தண்ணீர் பாட்டில்கள் மீது இப்போதே கூடுதல் மற்றும் தனி வரி விதித்து, ஒரு காலி பிளாஸ்டிக் பாட்டில் விலை 50 ரூபாய், 75

ரூபாய் என்பது போலாக்கி, அதன் பயன்பாட்டை வெகுவாக குறைத்து, அதையும் மீறி பயன்படுத்துபவர்கள் கொடுக்கும் கூடுதல் வரிப் பணத்தை வைத்து காலி பாட்டில்களைச் சேகரிக்கவும் மறு சுழற்சிக்கு அனுப்பி வைக்கவும் வேண்டும்.

பல்வேறு பொருள்களிலும், சேவைகளிலும் இதுபோன்ற 'வருங்காலச் செலவுகளை' கண்டுணர்ந்து, கணக்கிட்டு, அப்படிப் பட்ட பொருள்களை உருவாக்குவது, அப்படிப்பட்ட செயல்களைச் செய்வது, ஆகியவற்றின் மீதும் கூடுதல் தனிப்பட்ட வரிகள் விதிக்க வேண்டும். அப்படிப்பட்ட வரிகள் காரணமாக, விலை அதிகமாகி, பயன்பாடு குறையும். அல்லது அந்தக் கூடுதல் பணம் அவற்றைச் சரி செய்ய உதவும்.

மலிவாக இருக்கிறது, சுலபமாக இருக்கிறது என்கிற காரணங்களால் நாம் செய்துகொண்டிருக்கும் பல வேலைகள் மற்றும் செய்யாமல் விடும் சில வேலைகள் உண்டாக்கும் சிரமங்கள் இப்போது தெரியவில்லை.

இப்போது பலவற்றுக்கும் வைக்கப்படும் விலை, அந்தப் பொருளை உற்பத்தி செய்யத் தேவைப்படும் பொருள்கள், உழைப்பு மற்றும் ஆகும் நேரம் ஆகியவற்றை வைத்துமட்டுமே முடிவாகிறது. சுற்றுப்புறச் சூழல் கேடு விளைவிக்கும் பொருள்கள்மீது, அவற்றினால் உண்டாகக்கூடிய 'வருங்கால காஸ்ட்'டையும் (பாதிப்புகள்) கணக்கில் கொண்டு வரி விதிக்க வேண்டும்.

மக்கும் உணவுப் பொருள்களால் வருங்காலத்தவருக்கு செலவில்லை. நெல்லை அவித்து, அரிசியாக்கி உமியை மாட்டுக்குக் கொடுத்து விட்டு, விலங்குகள் மற்றும் மனிதக் கழிவுகளை எருவாக பூமிக்குப் போடுவதால், எதிர்காலத்தில் வாழ்பவர்களுக்கு எந்த செலவோ கேடோ இல்லை. காகிதம், உலோகம், மரம், பருத்தி போன்ற பல பொருள்கள் மறுபயன்பாடு, மறு சுழற்சி மற்றும் எளிதில் மக்கும் தன்மை கொண்டவை. அவற்றால், 'பியூச்சர் காஸ்ட்' இல்லை. சொல்லப் போனால் 'பியூச்சர் பிராபிட்' (லாபம்) தான்.

பலருக்கும் இது தெரியாது. தெரிந்தவர்கள் எல்லோரும் உணர்ந்திருக்க மாட்டார்கள். இதுகுறித்து தெரியப்படுத்த வேண்டும். அப்படிப்பட்ட அவற்றை தனிமைப்படுத்தி, அடையாளப்படுத்தி விற்பனை செய்ய, அறிவுறுத்தவேண்டும். தெரிந்தால் பலரும் முன்வந்து கடைபிடிப்பார்கள்.

பெரிய அளவில் உற்பத்தி (Mass Production), மரபணு மாற்றம் (ஜெனிடிகல் மாடிபிகேஷன்) போன்றவை எல்லாம் சிலருக்கு சாதனை, பெருமை. இயந்திரமயமாக்கல், கணினிமயமாக்கல், மனிதர்களைப்போன்ற ரோபோ எல்லாம் மனிதர்களுக்கு எதிரானவை. இப்படிப்பட்ட அதீத அறிவியல் வளர்ச்சி, மனிதகுல வீழ்ச்சிக்கு வழிவகுக்கும் அபாயம் இருக்கிறது.

# 3

## ஆளில்லா விவசாயம் எதில் போய் முடியும்?

தொடக்கத்தில் சைகை செய்தும் சப்தங்கள் மூலமும் தகவல் பரிமாறிக் கொண்டிருந்த மனிதர்கள் பின்பு, சொற்கள் உருவாக்கி, மொழிகள் பல சமைத்து பேசினார்கள். எழுத்துகள் உருவாக்கி, எழுதி தகவல் பரிமாறிக்கொண்டார்கள். மண்ணில் எழுதிப் பின் கற்களில் எழுதி, பின் உலோகங்களில் எழுதும் ஆற்றலும் பெற்றார்கள். அதன் பின்பு காகிதம் உருவாக்கி, எழுதுவது எளிதாக்கி னார்கள். கல்லிலும் மண்ணிலும் எவ்வளவு எழுத முடியும்? எத்தனை பேருக்கு காட்ட முடியுமென்று சிந்தித்து அச்சு உருவாக்கினார்கள். பெரும் பயன் விளைந்தது.

அச்சடிப்பது தவிர, தட்டச்சு செய்து கையெழுத்தின் வேறுபாடுகள் அகற்றினார்கள். பின்பு, கணினி மூலம் எழுதுவது என்று வந்தாலும் சொற்கள், மொழிகளில் பெரிய வேறுபாடு இல்லை. பேசியதை, எழுதியதை ஒலிப்பதிவு செய்து, வேறொருவர் அதைக் கேட்டு தட்டச்சு செய்யும் ஏற்பாடும் செய்தார்கள். முன்னேற்றம்தான். இயந்திரமே ஒலியை உள்வாங்கி, தட்டச்சு செய்து தர வேண்டும் என விரும்பி அதையும் செய்தாயிற்று.

எழுதுவதும் கருத்து மற்றும் தகவல் பரப்பல்களும் மிக எளிதாக்கப் பட்டதால், அந்த முறைக்கு பலத்த வரவேற்பு. இனி அதுவே பரவும்.

ஆக, இனி வருங்காலங்களில் மனிதர்கள் கைகளால் எழுத வேண்டி இருக்காது. அதனால், இனி பள்ளி செல்லும் பிள்ளைகள் எழுதப் பழக வேண்டியதில்லை. அழகான கையெழுத்து, வேகமாக எழுதக் கூடியவர், பிழையின்றி வாக்கியங்கள் எழுதுகிறவர் போன்றவை வழக்கொழிந்து போகும். அடுத்த தலைமுறைக்கு எழுதத் தேவை இல்லாமல்போய், பின்பு வெகு சீக்கிரத்தில் மக்களுக்கு கைகளால் எழுதத் தெரியாமல் போகப் போகிறது.

பல நூறாண்டுகள் வளர்த்து போற்றி வந்த, ‘கைகளால் எழுதுவது’ என்ற ஒரு திறன் மனிதர்களை விட்டுப் போய்விடும். வேட்டை யாடுதல், கைகளால் பொருள்கள் செய்தல், வரைதல் போன்றவை, அறிவியல் வளர்ச்சியால், கண்டுபிடிப்புகளால் காணாமல் போய்க் கொண்டிருப்பதுபோல, கையால் எழுதுவதும் வருங்காலத்தில் அருகி, பின் இல்லாமல் போய்விடும்.

10 கைவினைஞர்கள் 1000 பானைகளைச் செய்தால், அந்தப் பானைகளுக்குள் சில வேறுபாடுகள் இருக்கும். சிலவற்றுள் குறைபாடுகள் இருக்கும். மேலும் ஆயிரம் பானைகள் செய்து முடிக்க சில நாட்கள் ஆகும். அதே ஆயிரம் பானைகளை இயந்திரம் கொண்டு சில மணி நேரங்களில், ஒன்றுபோல, ஒரே தரத்தில் செய்து முடிக்கலாம். பெருகும் மக்கள் தொகைக்குத் தேவைப்படும் அதிக எண்ணிக்கையிலான பொருள்களை உருவாக்க இது உதவி.

அதேசமயம், இதன் காரணமாக பானை செய்பவர்கள் அந்தத் தொழிலிலிருந்து வெளியேற்றப்படுகிறார்கள். அடுத்தடுத்த தலை முறைகளில் எவரும் அந்தத் திறன் பழகமாட்டார்கள். அங்கொன்றும் இங்கொன்றுமாக ஆசைக்கு கற்றுக்கொள்பவர், செய்பவர் தவிர, மனித இனம் பல தலைமுறைகளாக செய்து பழகி, நேர்த்தி செய்திருந்த அந்த ஒரு ‘குறிப்பிட்ட திறன்’ மறைந்து போய்க் கொண்டிருக்கிறது.

இப்படியாக ஒன்றா இரண்டா? தனி மனிதன் சிந்தித்து உருவாக்கிய, செய்து பழகி மற்றவருக்குக் கற்பித்து, பலரும் பல நூறு ஆண்டுகளாக மனிதர்களில் சிலர் பிழைக்க, வாழ உதவிய தனித்திறன்கள் பல, கால ஓட்டத்தினால் அல்ல, இயந்திரமயமாக்கலால் ஒவ்வொன்றாக அழிந்துகொண்டு வருகிறது.

யாரோ ஒருவர் சிந்தித்து, கருவிகள் உருவாக்கி, மனிதர்கள் செய்கிறவற்றை இயந்திரம் மூலம் செய்து காட்டி, இது மனித

இனத்துக்கு கிடைத்த பெரும் வெற்றி என்கிறார். அவருக்கு பெரும் பணமும் புகழும் கிடைக்கிறது. அந்த தனி மனிதருக்கு, அவருடைய சிந்திக்கும் திறனுக்கும் அது பெரிய அங்கீகாரம், பாராட்டு. அவருக்குக் கண்டிப்பாக அது வெற்றிதான். ஆனால், அந்த வெற்றி என்பது எத்தனையோ நபர்களின் பிழைப்பில் போடப்படும் மண். மனித குலத்திற்கு நீண்டகால அடிப்படையில் அது செய்யவிருப்பது நன்மையில்லை தீமைதான் என்றால் நம்ப முடிகிறதா?

டிராக்டர் கண்டுபிடிக்கப்பட்டதும், ஏர் பிடித்து உழுகின்ற உழவன் தேவையில்லை, யாரோ ஓர் ஓட்டுனர் போதும் என்றாகிவிட்டது. அடுத்து கார்களுக்கு வந்துகொண்டிருப்பதுபோல, டிராக்டர்களிலும் 'ஆளில்லா' நிலை வரும். பல ஏக்கர் நிலங்களுக்கு, அந்த ஒரு டிராக்டர் ஓட்டுநரும் தேவை இல்லை என்ற நிலை இன்னும் பரவலாகவில்லையே தவிர, வந்துவிட்டது.

இப்போதே குறைந்த எண்ணிக்கையிலான மனிதர்கள் மட்டுமே விவசாய உற்பத்தியில் ஈடுபடுத்தப்படுகிறார்கள். காரணம் உழுவது, மருந்தடிப்பது, களை பிடுங்குவது அறுவடை செய்வது போன்ற பல வேலைகளை இயந்திரங்கள் செய்கின்றன. இது சாதனையாக, முன்னேற்றமாகப் பார்க்கப்படுகிறது. ஆனால் இதனுள் ஒரு பெரிய ஆபத்தும் ஒளிந்திருக்கிறது.

விவசாயியின் வேலையை டிராக்டர்போன்ற பலவித இயந்திரங்கள் செய்வதால் விவசாயிக்கு நிலத்தில் வேலை போய்விடுகிறது. பின்னொரு காலத்தில் அவருக்கு வருமானம் இல்லாத நிலை ஏற்பட்டு, அவர் உணவு வாங்க கையேந்த வேண்டிய நிலை வரும். உழவில் இருந்து உழவனை எடுத்துவிட்டால் அவர் - அவருடைய தன்மதிப்பு, உழைக்கும் வாய்ப்பு, வருமானம் - ஆகிய மூன்றையும் ஒருசேர இழக்கிறார். அவராக விரும்பி வெளியேறுவது வேறு, அவரது உற்பத்தித்திறன் குறைவு என்று சொல்லி விவசாயியை வெளியேற்றுவது வேறு. விவசாயி வசம் இருக்கும் நிலம் என்ற முக்கிய வளத்தை, உணவு உற்பத்தியின் அவசியமான பகுதியை களவாடும் முயற்சிகள், உற்பத்தித் திறன், இயந்திரமயமாக்கல் மூலம் வருகின்றன.

அந்த அமைப்பில் இருந்து விவசாயி வெளியேறி அவருக்குத் தெரியாததைக் கற்றுக்கொள்ளும் நிலை உருவாகும். வருமானத்திற்கும் உணவுக்கும் அவர் மற்றவர்களை சார்ந்திருக்கும் நிலை ஏற்படும். அப்போது முதலாளிகள் சொன்னதுதான் உணவுப் பொருள்களின் விலைகளாக இருக்கும். முதலாளிகள் கொடுத்தால்தான் உண்டு. மேலும் உலகில் எது உற்பத்தி செய்யப்படவேண்டும், எவ்வளவு

செய்யப்படவேண்டும் என்பதையெல்லாம் முதலாளிகள்தான் முடிவு செய்வார்கள்.

இப்படி ஒவ்வொரு தொழிலிலும் உற்பத்தியிலும் நடவடிக்கையிலும் 'சிறப்பாக', 'ஒன்றுபோல', 'மலிவாக' செய்வதற்கு அறிவியல் கண்டுபிடிப்புகள் வந்துகொண்டே இருக்கின்றன. தொழிற்சாலை களில், ரோபோக்கள்; சாலைகளில் ஓட்டுநர்கள் இல்லா வண்டிகள். எவ்வளவு முக்கிய மற்றும் பெரிய இடங்களிலும், மேற்பார்வை யாளர்கள், காவலாளிகள் வேண்டாம். கேமராக்கள் போதும் என்ற நிலை.

> இவையெல்லாம் வளர்ச்சி இல்லாமல் வேறு என்ன? இதெல்லாம் வேண்டாம் என்று சொல்லமுடியுமா? கற்காலத்தில் வாழ்ந்தது போலவே மனிதன் பலவற்றையும் அவனே சிரமப்பட்டு செய்து கொண்டு எப்போதும் அல்லல் பட வேண்டுமா? சிந்திக்கும் ஆற்றல் மனிதனுக்கு இருப்பதும் அதை வைத்து கருவிகள் செய்வதும் முன்னேற்றம்தானே! இவை இல்லாவிட்டால் இத்தனை வசதி வாய்ப்புகள் கிடைத்திருக்குமா? என்ன இது! பெருமைப்பட வேண்டியவற்றைப் பற்றி இப்படி வருத்தப்பட்டுக்கொண்டு!

என்று கேட்கலாம்.

புதிய கண்டுபிடிப்புகளால் தனிமனிதத் திறன்கள் ஒவ்வொன்றாகத் தொடர்ந்து இயந்திரங்களிடம் எடுத்துக்கொடுக்கப்படுகிறது. அவனுக்குத் தேவைப்படாத, வருமானம் பெற்றுத் தராத திறனை அவன் பழகமாட்டான். அதனால் இதுவரையிலும் மனிதர்கள் பழகியிருந்த பல தனித்திறன்கள் காலப்போக்கில் அவர்களுக்கு மறந்துவிடும். புதிய தலைமுறையினர் எவரும் அவற்றைக் கற்க மாட்டார்கள். அவை ஒழிந்துபோகும்.

திறன் என்பது மனிதனுடன் ஒட்டி இருப்பது. தனது ஆனது. பிறருக்கு செய்து கொடுத்து, அவன் பிழைக்க வாய்ப்புத் தருவது. திறன் இல்லாதவன் சார்ந்து இருப்பவன் ஆகிவிடுகிறான். சுயசார்பு இன்றி, எதையும் செய்ய இயலாத நிலை ஏற்பட்டுவிடுகிறது.

இசையைக் கூட கருவிகளே உருவாக்குகின்றன! மனிதர்கள் பலர் பல சமயங்களில் செய்யக்கூடியவற்றை எல்லாம் யோசித்து ஒருவனே செய்து, அதை இயந்திரத்திடம் கொடுத்து வைக்கிறான். கேட்கிறவர் களுக்கு எல்லாம், கேட்கும் நேரம் அது இசையைக் கொடுக்கிறது.

செய்த அவனுக்குப் பெருமைதான். அதேசமயம் பயன்படுத்து பவர்களின் சுயம் பறிபோகிறதே! உருவாக்கும் திறன் பெறாமலேயே, பலரும் அவற்றைச் சார்ந்து வாழ்ந்துவிட்டுப் போவார்களே!

## பன்முகத்தன்மை

இயற்கையால் பல்லாயிரம் ஆண்டுகளாக மெல்ல மெல்ல உருவாக்கப்பட்ட வித்தியாசமான தாவர, விலங்கு, உயிரின வகைகள் எல்லாம் அழிக்கப்பட்டு வருகின்றன. நெல்லிக்காய், கத்திரிக்காய், வாழைக்காய், எலுமிச்சை, பப்பாளி என ஒவ்வொன்றிலும் பிரதேசத்திற்குப் பிரதேசம் எத்தனை வகைகள் இருந்தன! எத்தனை வகைகள் இப்போது அழிக்கப்பட்டுவிட்டன. தோல் மெல்லியது, சீக்கிரம் அழுகும். நாடு விட்டு நாடு எடுத்துச் செல்ல சிரமம் என்பதுபோன்ற பல்வேறு காரணங்களால் அருகிவரும் பூவன் வாழைப்பழம்இதற்கு ஓர் எளிய உதாரணம். பசுக்களில் காளை மாடுகளில் கூட பல்வேறு இனங்கள் அருகி வருகின்றன என்பதெல்லாம் தெரிந்ததுதான்.

பலதும் சுலபமாய், பெரிதாய், அதிகமாய்,வேகமாய் வேண்டும் என்று, உலகில் லட்சக் கணக்கான ஆண்டுகளாக இருந்துவரும் இனத்துக் குள்ளாகவே சின்ன சின்ன வேற்றுமைகளுடன் இருந்த, இருப்பனவற்றை அழிப்பது எவ்வளவு பெரிய கேடு! மீண்டும் உருவாக்க முடியுமா?

இன்றைக்கு மக்கள் தொகை அதிகம் இருக்கலாம். 2050 முதல் இறப்பு சதவிகிதம் குறைந்து, மக்கள் வளர்ச்சி வேகம் குறையும் என்பது என் கணிப்பு. 2100 ஆம் ஆண்டு வாக்கில், தற்போது இருப்பதில் பாதி அளவு எண்ணிக்கையில் மட்டுமே மக்கள் இருந்தால், இப்போது அழிப்பன வற்றை எல்லாம் அந்த நேரத்தில் மீட்டுருவாக்கம் செய்ய முடியுமா?

நெல், கால்நடைகள், காய்கறிகள் என பலவற்றிலும் கைவைத்து, பன்முகத்தன்மை அழித்து ஒழிப்பது தாண்டி, கல்வி என்ற பெயரிலும் மனிதர்களிடம் இயல்பாக எழுகின்ற வேறுபாடான சிந்தனைகள், திறன்கள், ஆளுமைகளையும் காணாமல் அடிப்பது சரிதானா? அழகு என்பதும், சிறப்பு என்பது ஒன்றே ஒன்றுதானா? ஒரே மாதிரி தானா? சுலபமாகச் செய்ய முடிவது மட்டும்தான் திறனா? வேகமாய் செய்வது மட்டுமே தேவையா?

எல்லாவற்றையும் இயந்திரங்களிடம் விட்டுவிட்டால் மனிதர்களுக்கு மதிப்பில்லாமல் போய்விடும். தன்னம்பிக்கை, சுயமதிப்பு எல்லாம் மறைந்துவிடும். கண்டுபிடிப்புகள் செய்யும் சிலர் மட்டும் அதிபுத்தி சாலிகள். பயன்படுத்தும் கோடிக்கணக்கானவர்கள் முட்டாள்கள் என்ற நிலை உருவாக்கப்பட்டுக்கொண்டிருக்கிறது. 'யூசர் பிரண்ட்லி' (User friendly) என குழந்தைகூடப் பயன்படுத்தும் வகையில் எளிமை ஆக்கப்படும் உபகரணங்கள், இயந்திரங்களால் பயன்படுத்துவர் களுக்குப் பெருமையில்லை.

வாழ்க்கையின் சுவாரஸ்யமும், பிடிப்பும், ஆர்வமும், திருப்தியும், தானே செய்வதில்தான் இருக்கிறது.

அறிவியல் கண்டுபிடிப்புகளால் அவை திருடப்படுகின்றன. தனிமனிதர்களின் திறனும் திருப்தியும் அபகரிக்கப்படுகிறது. எவரோ ஒரு சிலர் மட்டும் அதிமேதாவிகள். மற்ற அனைவரும் வெறும் உபயோகிப்பாளர்கள் என்பது போன்ற அமைப்பிலான உலகம் நல்லதற்கல்ல.

சிலர் இடத்தில் மட்டும் செல்வம் குவிவதற்கு இவையே நிச்சயமான காரணங்கள். இது கண்டிப்பாக தனியுடமை மற்றும் பெரும் ஏற்றத் தாழ்வுகள் உருவாக்கும் ஏற்பாடு.

அனைவருக்கும் எல்லாம் கிடைக்க வேண்டும் என்றால், அனைவருக்கும் சம்பாதிக்கும் வாய்ப்பு வேண்டும் என்றால், அனைவருக்கும் உழைக்கும் வாய்ப்பு கொடுக்கப்பட வேண்டும்.

இங்கே பணம் நேரடியாகத் திருடப்படவில்லை. உடனடியாகவும் திருடப்படவில்லை. அதனால் இதுகுறித்து எதிர்ப்புக்குரல்கள் வரவில்லை. ஆனால், சுயமாக சிந்திக்க, உழைக்க விடாததன் மூலம் பலருடைய உழைக்கும் வாய்ப்பு பறிக்கப்படுகிறது. இதுவும் ஒரு வகையில் அபகரிப்புதான். கையாடல்தான்.

இனி டிரோன் பொருள்களை வினியோகிக்கும், பூச்சி மருந்து அடிக்கும் என்றால் அந்த வேலைகளை தற்போது செய்து கொண்டிருக்கும் லட்சக்கணக்கானோர் அவர்களது வேலை வாய்ப்புகளை இழப்பார்கள். வாகன ஓட்டுநர்கள், விவசாயத் தொழிலாளர்கள் வேலைவாய்ப்புகளை இழப்பார்கள்.

பல்வேறு கண்டுபிடிப்புகள், கருவிகள், வாகனங்கள் இன்றைய வாழ்க்கையை சுலபமாக்கியதுபோல, மலிவான விலைக்கு கிடைக்க வைப்பதுபோலத் தென்படலாம். அவை குறித்துப் பலரும் பெருமைப் படலாம். ஆனால், இவற்றைத் தொடர்ந்து பயன்படுத்துவதன் மூலமும், இது போல மேலும் மேலும் மனிதர்களின் திறன் ஒழிக்கும் கண்டுபிடிப்புகள் வர அனுமதிப்பதன் மூலமும், அடுத்தடுத்த தலைமுறைகளில் பெரும்பாலான மக்களின் சிந்திக்கும் திறன் குறைந்துபோகும். அதன் காரணமாக அவர்கள் உழைக்க வாய்ப்புக் கிடைக்காமல், அடிமைகளாக யாரோ கொடுக்கும் இலவசத்தைப் பெற்றுகொள்ளும் உபயோகமற்றவர்களாக ஆக்கப்படுவார்கள்.

மனிதர்கள் இப்படிப்பட்ட உழைக்கும் வேலைகளையே செய்து கொண்டிருக்கவேண்டுமா? உடலுழைப்பைக் குறைக்கும் இயந்திரங்கள் நல்லதுதானே என்று கேள்வி வரலாம். அந்த

வரையில், அந்தவரையில் மட்டுமே அது சரி. ஆனால் அதனால் பிற தாக்கங்களும் உண்டு. அப்படிப்பட்ட மோசமான எதிர்கால விளைவுகள்தான் 'உழைக்கும்' அதன் மூலம் 'சம்பாதிக்கும்' வாய்ப்புகள் பறிபோகும் நிலை.

இது, 'அறிவு, திறன் மற்றும் வாய்ப்புகளின் பதுக்கல்'. கேபிடலிசம் என்பது, பணம் ஓரிடத்தில் சேர்வது மட்டும் அல்ல. பணம் உருவாக்கும் வாய்ப்புகளை சிலரிடத்தில் குவிப்பதும் வெகுஜன மக்களுக்கு எதிரானதுதான். மற்ற பலருக்கு இல்லை என்று ஆக்கும் எதுவும் பொதுநன்மைக்கு எதிரானதுதான். கட்டுக்கடங்காமல் அதிகரிக்கும் அறிவியல் வளர்ச்சியின் விளைவாகாக நடக்க ஆரம்பித்திருப்பது இதுதான்.

ஆயிரக்கணக்கான ஏக்கர் நிலங்களும், அவற்றில் வேலை செய்யத் தேவைப்படும் மனிதர்களின் எண்ணிக்கை குறைவாகவும் இருக்கும் அமெரிக்கா, கனடா, ஆஸ்திரேலியா போன்ற தேசங்களில் ஓரளவு இயந்திரமயமாக்கல் என்பது தேவைதான். அதனால் சரி என்று சொல்லலாம். ஆனால், அதிக மக்கள் இருக்கிற சீனா, இந்தியா, ஆப்பிரிக்கா போன்ற நாடுகளுக்கு தேவையில்லை.

ஆட்சியாளர்கள் செய்யவேண்டியது, பொருள் உருவாக்கல் மட்டுமல்ல. அனைவரும் கௌரவமாக பிழைக்கும் வாய்ப்புகள் உருவாக்கலும் தான். வேலைவாய்ப்புகள்தான் மக்கள் நலன்.

இயந்திரங்கள் வைத்து வேகமாக, அதிகமாக உணவு மற்றும் பிற பொருள்கள் உற்பத்தி செய்து, எதன் அடிப்படையில் பலருக்கும் பகிர்ந்துகொடுப்பது?

ஆட்களே இல்லாத தொழிற்சாலைகள் வந்துவிடும். உற்பத்தி நடக்கும். முதலாளி இருப்பார். ஆனால் உற்பத்தி செய்யும் ஊழியர்கள் இருக்கமாட்டார்கள்.

இயந்திரங்கள் உதவிகளோடு செய்யும் பொருள்களுக்கு, அவர் சொல்வதுதான் விலைகளாக இருக்கும்.

சிந்திக்கவும் உழைக்கவும் வாய்ப்பற்ற மக்கள் அவற்றை வாங்கவேண்டும். அவர்கள் வாழ அந்தப் பொருள்கள் தேவை. ஆனால், அவர்களுக்குப் போதிய அளவு பணம் சம்பாதிக்கும் வாய்ப்பு தரும் வேலைகள் இருக்காது. அல்லது குறைந்துகொண்டே போகும்.

'பயன்படுத்துவது எளிது' , 'இயக்குவது சுலபம்' என்றால், அதிகம் யோசிக்காமல் சுலபமாகப் பயன்படுத்த முடியும் என்பதுதான். பலருக்கும் சேர்த்து ஒருவர் யோசித்துவிட்டார். மற்றவர்கள்

யோசிக்க முயற்சிக்கவேண்டாம். அதன் மூலம் யோசிக்கும் தேவை, பழக்கம் இறுதியாக அதுபோன்ற திறனே போய்விடுகிறது. பின்னால் அவருக்கு அது வராது.

சேப்பியன்ஸ் (*Sapiens: A Brief History of Humankind*) புத்தகத்தில் அதன் ஆசிரியர் யுவல் நோவா ஹராரி சொல்கிறார், 'இப்போது இருக்கும் மனிதர்களைக் காட்டிலும் குகைவாழ் மனிதர்கள் அதிகமான திறன்கள் படைத்தவர்களாக இருந்தார்கள். காரணம், அவர்கள் சூழ்நிலையும் தேவைகளும் அப்படி. அவர்களே வேட்டை யாடித்தான் சாப்பிட வேண்டும். அவர்களே அவர்கள் கைகால்களால் தான் மற்றவற்றின் மற்றவர்களின் தாக்குதல்களில் இருந்து அவர்களைப் பாதுகாத்துக் கொள்ளவேண்டும்.' இயந்திரங்கள் வர வர மனிதர்களிடம் அந்தக் குறிப்பிட்ட திறன்கள் பயன்படுத்தப் படாமல் போக, காலப்போக்கில் மறைந்தே போகின்றன.

உழுதல், பானை செய்தல், நகை செய்தல், சமைத்தல், விவசாயம், நெசவு, டிராப்டிங், வெல்டிங், சர்ஜரிபோன்ற பல திறன்களும் தொடர்ந்து இயந்திரமயமாக்கப்படுகின்றன. மனிதனுக்கு மதிப்பில்லை. அவனால் உருவாக்க முடியாது. பயன்படுத்தத்தான் முடியும் என்றாகப் போகிறது. நாம் எல்லோரும் யாருக்கோ பெரிய சந்தையை உருவாக்கப் பயன்படுத்தப்படுகிறோம். இயந்திரமயமாக்கலால், மனிதர்களின் சுயம், தனித்தன்மை எல்லாம் போகிறது.

சோபியா, ஹாலொகிராம் போன்ற அதி நவீன உருவாக்கங்கள் (கூடுதல் விவரங்கள் பின்னால்) எல்லாம் வசதியா? வசதிதான், யாருக்கு? பெருமையா? பெருமைதான், யாருக்கு?

இப்படிப்பட்ட அதிநவீன உயர் கருவிகள் தனி மனிதர்களுக்கு இழுக்கு. அவர்களை சிந்திக்கவிடாமல் முடமாக்குவது. யாரோ சிலர், சில நிறுவனங்கள் மட்டுமே புத்திசாலிகள். மற்றவர் எல்லாம் அவர்களை, அவர்கள் உருவாக்கியவற்றை வியந்து புகழ்ந்து தன் சுயமுயற்சிகள் விட்டுவிட்டு, சிந்திப்பதை விட்டு விட்டு சோம்பலில் துவண்டு கிடந்து விலை கொடுத்து வாங்கி பயன்படுத்த வேண்டியவர்கள். எவ்வளவு காலத்திற்கு இது சாத்தியம்?

லகான் கோழி, மரபணு மாற்றம் செய்யப்பட்ட 'ஜெனிடிகலி மாடிபைடு' (GM) காய்கறிகள், 'க்ளோனிங்' செய்து வளர்க்கப்பட்ட விலங்குகள், விதையில்லா காய்கறிகள், தானியங்கள், ஒருமுறை மட்டுமே பயன்படுத்தக்கூடிய, மீண்டும் விதைகள் தேவைப்படும் விவசாயப் பொருள்கள். சிறு உற்பத்தியாளர்கள் ஒருமுறை மட்டுமே

விளைவித்துவிட்டு மீண்டும் விதைக்கு பெரும் உற்பத்தியாளர் களிடம் போகவேண்டும். உற்பத்தியாளர்களிடம் அவர்கள் சொல்லும் விலை கொடுத்து வாங்க வேண்டிய நிலை சிறு உற்பத்தியாளர்களுக்கு வரும்.

முன்னேற்றம்போலத் தெரியும் இவற்றால் மானுடம் என்ற மனித குலத்துக்கு, 99.99 விழுக்காடு மக்களுக்கு வருங்காலத்தில் நன்மை இல்லை. அவர்களது, சிந்திக்கும் திறனையும், உழைக்கும் ஆற்றலையும் சிதைக்கும் ஏற்பாடுகள் இவை.

இவற்றை யாரும் திட்டமிட்டுச் செய்யாமல் இருக்கலாம். இப்படிப் பட்ட எதிர்கால விளைவுகளை உணராமல் செய்திருக்கலாம். இப்போதைய நன்மைகள் காரணமாகவே செய்திருக்கலாம். ஆனாலும் இவற்றால் பின்னால் ஆபத்துதான்.

## இது எங்கே போய் முடியும்?

கோடிக்கணக்கானவர்கள் உபயோகிப்பாளர்கள். சில ஆயிரக் கணக்கில் மட்டும் உற்பத்தியாளர்கள். இதனால் செல்வம் உபயோகிப்பாளர்களிடமிருந்து உற்பத்தியாளர்களுக்குப்போய்ச் சேர்ந்துகொண்டேயிருக்கும். இதுவும் ஒருவகையான முதலாளித் துவம்தான். எவற்றை எவ்வளவு உற்பத்தி செய்யலாம் என்பதை முடிவு செய்யும் அதிகாரக் குவிப்பு. அல்லது விருப்பப்டாவிட்டால் எப்போதாவது ஒரு நேரம்பெரு முதலாளிகள் விருப்பப்பட்டால் உலகத்தின் உற்பத்தி நின்றுவிடும். செயற்கையாக பற்றாக்குறை உண்டாக்கலாம். விலைகளை உயர்த்தலாம். உலகின் பெரும்பாலான மக்களின் உழைக்கும், சம்பாதிக்கும் வாய்ப்பு, சுயசார்பு, சுதந்திரம், மனநிறைவு, என அனைத்தையும் பறிக்கும் ஏற்பாடுதான் இவை.

பணம் சம்பாதிக்க உலகில் இருக்கும் பெரும்பாலான மக்களுக்கு இருக்கும் ஒரே வழி, உடலால் உழைப்பதுதான். அதைச் செய்ய வாய்ப்புகள் இல்லாமல் போகும் ஆபத்து நெருங்கிக் கொண்டிருக்கிறது.

# 4

## ஆக்கிரமிக்கப்படும் 'தொழிலாளர் பங்களிப்பு'

நிலம், தொழிலாளர்கள், மூலதனம் மற்றும் தொழில்முனைவோர் ஆகிய நான்கும் உற்பத்திக்குத் தேவைப்படும் 'பேக்ட்டர்ஸ் ஆப் புரடெக்ஷன் (Factors of Production)' என்பது ஆண்டாண்டு காலமாக இருந்துவரும் அமைப்பு முறை. இவை நான்கும் சேர்ந்து உற்பத்தியை ஏதுவாக்குகின்றன.

வழக்கமான பேக்ட்டர்ஸ் ஆப் புரடெக்ஷன்

| | |
|---|---|
| நிலம் | தொழிலாளர்கள் |
| மூலதனம் | தொழில்முனைவோர் |

தற்போது நிலம் என்ற இடுபொருளில், அதன் தேவை மற்றும் முக்கியத்துவத்தில் பெரிய மாறுதல்கள் இல்லை. மூலதனத்தின் தேவைகள் மற்றும் முக்கியத்துவத்திலும் மாற்றம் ஏதும் இல்லை.

ஆனால், தொழிலாளர்கள் என்ற பிரிவில் பெரிய வேறுபாடுகள் வந்திருக்கின்றன. தொழிலாளர் செய்யும், செய்யக்கூடிய வேலைகளை தொழில்முனைவோர் இயந்திரத்திடம் கொடுக்கிறார்கள். அதன் மூலம் வெளிவரும் பொருளில், சேவையில் தொழிலாளர் பங்களிப்பைக் குறைக்கிறார்கள். போகப் போக இயந்திரங்களின் அந்தப் பங்களிப்பு தொடர்ந்து அதிகரிக்கப்பட்டு, அதனால் தொழிலாளர் பங்களிப்பு குறைந்துகொண்டேபோய்ப் பின் ஒரு காலத்தில் அது ஒன்றும் இல்லாமல் ஆகப்போகிறது.

அப்படிப்பட்ட நிலையை நோக்கிய நகரும் வேகம் தற்போது பன்மடங்காகியிருக்கிறது. அது போய் நிற்கப்போகிற இடம், தொழிலாளர்களே தேவையில்லை என்ற நிலையாகத்தான் இருக்கும்.

மாறிக்கொண்டிருக்கும் பேக்ட்டர்ஸ் ஆப் புரடெக்ஷன்

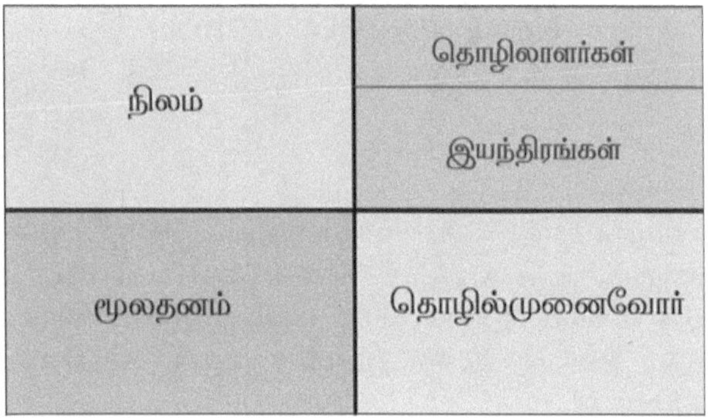


## நடந்துகொண்டே இருக்கிறது

பத்தாண்டுகளுக்கு முன்பே நான் இரண்டு தொழிற்சாலைகளில் இதற்கான ஆரம்பங்களைப் பார்த்தேன்.

முதலாவது, பெட்டவாய்த்தலை என்ற ஊரில் இருக்கும் ஒரு தனியார் சர்க்கரை ஆலையில். அங்கு பலரும் வேலை செய்துகொண்டிருந்த அமைப்பை மாற்றி, வெகு சில மனிதர்கள் மட்டுமே வேலை செய்யும் தொழிலகமாக அது மாற்றப்பட்டிருந்தது. சுமார் 100 பேர் வேலை செய்த இடத்தில், வெறும் 10 பேர் மட்டுமே என்பதுபோல. ஆனாலும், வேலை நடந்தது. உற்பத்தியும் நடந்தது. லாபம்

அதிகரித்தது. ஆனால், இதன் காரணமாக அங்கேயே சில ஆண்டுகளாக வேலை பார்த்த பலருக்கும் அவர்களது வேலைகள் பறிபோயின.

அடுத்தது, கோவில்பட்டியில். தீப்பெட்டிகள் உற்பத்தி செய்யும் பெரியதொரு தொழிலகத்தை பார்த்தேன். பெரிய உற்பத்திக்கூடம். மிக அதிகமான அளவு உற்பத்தி. ஆனால் சொற்ப எண்ணிக்கையில் ஊழியர்கள். காரணம் அங்கே எல்லாம் 'ஆட்டோமேட்டிக்'. வெகுசில ஆபரேட்டர்கள் மட்டும் பராமரிப்பு மற்றும் கட்டுப்பாடு செய்வதற்காக. ஏற்கெனவே, அதே ஊரில் பல ஆண்டுகளாக அதே வேலை செய்து, அந்தக் கைத்திறன் வளர்த்து, வாழ்ந்து வந்தவர்களுக்கு அங்கே வேலை இல்லை. அவர்களின் வருமானம் குறைந்தது.

அறிவியல் வளர்ச்சி என்பது வலிமையான ஆயுதம். அது தற்போது எளியவர்களை அடிக்கிறது.

வேலை என்பது எவரும் கொடுக்கவேண்டிய வாய்ப்போ, சலுகையோ அல்ல. அது மக்களின் உரிமை. கௌரவமாக சுயமரியாதையுடன் வருமானம் பெற, உண்ண, வாழ எல்லோருக்கும் வேலை என்று ஒன்று அவசியம் வேண்டும். வேகமான மாற்றங்களால், இயந்திர மயமாதலால், வேலைக்கான இடங்கள் குறைவது மட்டுமல்லாது, வேலையின் தன்மைகளில் ஏற்படுத்தப்படும் மாறுதல்கள் காரணமாக, வேலைகளின் நிரந்தரத்தன்மை மற்றும் நிச்சயத் தன்மைகள் தொடர்ந்து குறைந்து வருகின்றன. மேலும், முன்பு பார்த்ததுபோல தொழிலாளர்களுக்குத் தேவைப்படும் திறன்கள் தொடர்ந்து மாறுதல்களுக்கு உள்ளாகி வருகின்றன.

இதுவரை பேசிவரும் இட ஒதுக்கீடு என்பது மனிதர்களுக்குள் சமத்துவம் கொண்டுவருவதற்கும், பின்தங்கியவர்களை முன்னுக்குக் கொண்டு வருவதற்குமானது. அதைத்தாண்டி இனி, இயந்திரங் களிடம் இருந்து மனிதர்களைக் காப்பாற்ற வேண்டிய சூழல் வந்துவிடும்போல் இருக்கிறது. வேலை செய்ய மனிதர்களுக்கு ஒதுக்கீடு கேட்க வேண்டிய நிலை வருகிறது.

மனிதர்களில் சிலர் அவர்கள் சேர்த்து வைத்திருக்கும் பணத்தை வைத்து வாழ்க்கையை வாழ்வார்கள். வேறு சிலர் அவர்களது அறிவுத் திறனை வைத்துப் பிழைத்துக்கொள்வார்கள். மீதமிருப்பவர்களிடம் மேற்சொன்ன இரண்டும் அதிகமில்லை. அவர்கள் அவர்களது கைத்திறன்கள் மற்றும் உடலுழைப்பால் சம்பாதித்துதான் வாழ்க்கையை ஓட்டவேண்டும்.

அப்படிப்பட்டவர்களுக்கு உழைக்கும் வாய்ப்பு, திறன்களைப் பயன்படுத்தும் வாய்ப்புகள் மறுக்கப்பட்டால் அவர்கள் வேறு என்ன

செய்து பிழைப்பது? அவர்கள் சம்பாதிக்க, வாழ்க்கைத் தேவைகளை நிறைவு செய்துகொள்ள வேறு என்ன வழி?

பணம் இல்லாமல் வாழ முடியாது. பணம் சம்பாதிக்க இருக்கும் வழிகளை ஐந்தாகப் பிரிக்கலாம்.

1. வளங்களை வைத்து பணம் சம்பாதித்தல்

   நிலம், வீடுகள், இயந்திரங்கள், வாகனங்கள் போன்றவற்றை வைத்திருப்பவர்கள் அவற்றை மற்றவர்கள் பயன்பாட்டுக்குக் கொடுத்துப் பணம் சம்பாதிக்கலாம்

2. சிந்தனையை வைத்து பணம் சம்பாதித்தல்

   அறிவியல், மொழிப்புலமை

3. வாய்ப்புகளை வைத்து பணம் சம்பாதித்தல்

   வியாபாரம், வர்த்தகம், கடைகள்

4. உழைப்பை வைத்து பணம் சம்பாதித்தல்

   தொழிலாளர்கள், கலைஞர்கள்

5. அபகரித்தல்

   திருட்டு, அடாவடித்தனம், கொள்ளை

மேலே பார்த்த ஐந்து வழிகளில் ஐந்தாவது வழி, வெளிப்படையாகவே தவறான வழி. அபகரித்து பணம் சம்பாதித்தல் கூடாது. அது குற்றம். செய்ய இயலாது.

மற்ற நான்கு வழிகளும் எப்படிப்பட்டவை?

1. வளங்களை வைத்து பணம் சம்பாதித்தல் : வளம் என்பது எல்லோரிடமும் இல்லை. மக்கள் பலரிடமும் பரவலாக இருக்கும் வளங்களும் போகப் போக இடம் மாறி ஒரு சில இடங்களில் மட்டும் குவிந்து மற்ற பல இடங்களில் குறையும். செல்வர்கள் மேலும் செல்வம் சேர்க்க, வறியவர்கள் மேலும் வறியவர்கள் ஆவார்கள்.
2. சிந்தனையை வைத்து பணம் சம்பாதித்தல் : மனிதர்கள் சிந்தித்துச் செய்யக்கூடிய பலவற்றையும் இயந்திரங்கள் செய்யும் பட்சம், வாய்ப்புகள் குறையும். வழிமுறைகள் தொடர்ந்தும் வேகமாகவும் மாறும்.
3. வாய்ப்புகளை வைத்து பணம் சம்பாதித்தல் : பெருநிறுவனங்கள் தொடர்ந்து பெருகுவதால், இயந்திரமயமாக்கல் அவர்களுக்கு உதவுவதால், சிறு வியாபாரங்கள், கடைகள், வர்த்தகங்கள் குறையும்.

4. உழைப்பை வைத்து பணம் சம்பாதித்தல் : உலகில் இருக்கும் பெரும்பாலான மக்களுக்கு இருக்கும் ஒரே வழி, உடலுழைப்பு செய்து, சம்பாதிப்பதுதான்.

அறிவியல் முன்னேற்றத்தால் நிச்சயம் உற்பத்தி பெருகும். ஆனால், அதை எல்லோருக்கும் எப்படி பிரித்துக்கொடுப்பது? இந்த உலகில் வேண்டியதைப் பெற எவராக இருந்தாலும் எதையாவது பதிலுக்குக் கொடுக்கவேண்டும். பரிமாற்றம் நடக்க இருவரிடமும் மதிப்புள்ளவை இருக்கவேண்டும். பெரும்பாலான மக்களிடம் வேறு வளங்கள் மற்றும் சேர்த்து வைத்திருக்கும் செல்வம் இல்லை. இருப்பது உழைப்பு மட்டுமே. அவர்கள் வாழத் தேவையானவற்றைப் பெற அவர்களால் உழைப்பைத்தான் தரமுடியும்.

அப்படிப்பட்ட உழைப்பே தேவையில்லை. மனிதர்கள் ஏதும் செய்யாமலேயே பலவற்றையும் உற்பத்தி செய்வோம் என்றால், உழைப்பை மட்டுமே வைத்திருப்பவர்கள் கொடுக்கக்கூடியவர்கள் என்ன ஆவார்கள்? அந்த உழைப்பு அனாவசியம், தேவையில்லை என்ற நிலையை உருவாக்கிவிட்டால், அவர்கள் எப்படி பிழைப்பார்கள்? மனித உழைப்பை தேவையற்றதாக்குவது இந்த அதீத இயந்திரமயமாக்கல்.

எந்த ஒன்றையும் கொடுக்காமல் வேண்டியதைப் பெற்றால் அதன் பெயர், இலவசம். அப்படி எவ்வளவு நாட்கள்தான் கொடுப்பார்கள்?

மேலும் யாருக்கும் கொடுக்கத் தேவையில்லாததை ஏன் உற்பத்தி செய்யவேண்டும்? என்று யோசிக்கத் தொடங்கியவுடன், உற்பத்திப் பொருள்கள் மாறலாம். உணவுப்பொருள்கள் உட்பட பல்வேறு அத்தியாவசியப் பொருள்களை அவர்களுக்குத் தேவையான அளவு மட்டும் உற்பத்திச் செய்துகொள்ளக்கூடும். அப்படியெல்லாம் வளங்களை வைத்திருப்பவர்கள் செயல்பட்டால் அவர்களை யாரும் தடுக்க முடியாது.

### வேலை எனும் உரிமை

பல ஆண்டுகளுக்கு முன்பு அலுவல் வேலை நிமித்தமாக கேரளா போக ஆயத்தம் ஆனபோது ஏற்கெனவே கேரளா போய்வந்த சில நண்பர்கள் சொன்னது, இப்போதும் என் நினைவில் இருக்கிறது.

'கேரளாவில் ரயிலிலிருந்து இறங்கினால் உங்கள் பெட்டியை நீங்கள் தூக்கிச் செல்ல முடியாது. போர்ட்டர்கள் மட்டும்தான் தூக்கலாம்.'

'நான் வேண்டாம் என்று சொன்னால்?'

‘அப்போதும் விடமாட்டார்கள்.’

‘அவர்களிடம் சுமைகளைத் தர மறுத்து, நானே தூக்கினால்?’

‘அதை அனுமதிப்பார்கள். ஆனால், அப்படிச் செய்தாலும் அவர்களுக்கு கூலி கொடுத்தாக வேண்டும்.’

ஏன் இப்படிச் செய்கிறீர்கள் என்று கேட்டால் அவர்கள் சொல்வது, ‘எல்லோரும் இப்படி நீங்களே உங்கள் லக்கேஜ்களைத் தூக்கிச் சென்றால், எங்களுக்கு எப்படி கூலி கிடைக்கும்? இவை எங்கள் உரிமை. அதை நாங்கள் விட்டுக்கொடுக்க முடியாது’ என்பார்கள்.

இதைக் கேள்விப்பட்டபோது வேடிக்கையாகவும் வினோதமாகவும் இருந்தது. ஆனால் இப்போது அவர்கள் கேட்பதன் அர்த்தம் புரிகிறது. ஆமாம்.

## இலவசம் என்ற ஆபத்து

முன்பெல்லாம் ரயில்வே ஸ்டேஷன்களிலும் பேருந்து நிலையங்களிலும் முன்பதிவு செய்யத் தரும் படிவங்கள் இலவசமாகத் தரப்பட்டன. அப்படிப்பட்ட இலவசப் படிவங்கள் கவுண்டருக்கு வெளியில் சற்றுத் தள்ளி வைக்கப்பட்டு இருக்கும். இலவசம் என்பதால் அவ்வளவுதான் அதற்கு மதிப்பு மற்றும் காவல். பயனாளர்கள் அவற்றைத் தேவைக்கு மேல் எடுப்பார்கள். வீணாக்குவார்கள். வேறு தொடர்பற்ற காரியங் களுக்கும் அந்தப் படிவங்களை வெற்றுக் காகிதம்போல பயன்படுத்து வார்கள். இதைத் தடுக்க வழி என்ன என்று யோசித்த நிர்வாகத்தினர், அதற்கு ஒரு விலை வைத்தார்கள். விலை தொடக்கத்தில் மிகச் சாதாரண 10 காசு என்பது போல இருந்ததாக ஞாபகம். ஆனாலும், இலவசமாக அல்ல. காசுக்குத்தான் என்றானதும், பயன்படும் தாள்களின் எண்ணிக்கை குறைந்தது.

பெரிய நிறுவனங்களில் அவற்றில் உணவகங்களில் ஊழியர்களுக்கு வழங்கப்படும் உணவு பொருள்கள் விலை மிகக் குறைவாக இருக்கும். அவையெல்லாம் மானிய விலைகள். 1990களில் BHEL ல் ஒரு கப் தேனீர் விலை, ஆறு காசு. காபி 12 காசு. உளுந்துவடை, 5 காசு. அவற்றின் அடக்க செலவுக்குப் பாதிக்கும் குறைவான விலையில் வழங்கப்பட்டன. சில சமயங்களில் அந்த ஆறு காசு கூப்பனை விற்பனை செய்ய, பின்பு தேனீர் வழங்கும் நேரம் அவற்றை ஊழியர்களிடம் இருந்து சேகரிக்க, கணக்கு கொடுக்கவெல்லாம் ஆன நிர்வாகச் செலவுகள், அந்த ஆறு காசைக் காட்டிலும் பல மடங்கு அதிகம் இருக்கும்.

'இப்படி நிறுவனத்தின் பணத்தை வீணடிப்பதைக் காட்டிலும், அவற்றை முழுவதும் இலவசமாகக் கொடுத்து விடலாமே!' என்று பலரும் ஆலோசனை சொல்வார்கள். அந்த ஆலோசனைகள் நிராகரிக்கப்படும். காரணம், அந்த நிறுவனத்திற்கு அந்த கூப்பன் மூலம் வரும் காசு பெரிது என்பதால் அல்ல. எதையும் பெறாமல் தேநீர் வழங்கினால், அந்தத் 'தேனீர் எப்படி வேண்டுமானாலும் சுமாராக இருக்கலாம். இலவசமாகத் தருவதால் ஊழியர்கள் அதைப் பற்றிக் கேள்வி கேட்கமுடியாது. சும்மாதானே வாங்கிக் கொள்கிறீர்கள். நீங்கள் என்ன காசா கொடுக்கிறீர்கள்?' என்ற அலட்சியம் உணவக நிர்வாகத்திற்கு வந்துவிடக்கூடாது என்பதற்காகத்தான் அந்தச் சிறிய விலை.

கூடுதலோ குறைச்சலோ. ஒரு சிறு தொகையை கொடுத்து வாங்கினால்கூட ஊழியர்களுக்கு அதை கேட்கும் உரிமை கிடைக்கிறது. பதில் சொல்லும் கடமை நிர்வாகத்திற்கு ஏற்படுகிறது. அதன் பொருட்டுதான் இப்படி நடத்தப்படுகிறது.

சிறிய கட்டணம் வசூலித்து படிவம் கொடுப்பதுபோல, சிறிய தொகையை வாங்கிக்கொண்டு உணவுப் பொருள்கள் வழங்குவது போல மக்களும் அரசிடமிருந்து பெறும் எந்தப் பொருளுக்கும் சேவைக்கும் ஒரு சிறு கட்டணமாவது கொடுக்க வேண்டும். இலவசங்கள் தேவையில்லை. இவையெல்லாம் உரிமை சார்ந்த விஷயங்கள். எவ்வளவு என்பதல்ல. ஏதோ ஒன்று.

‘மனிதர்களைவிட அதிக சிந்திக்கும் திறன் பெற்றவையாக ரோபோக்கள் உயர்ந்துவிடும்போது, அவற்றால் மனிதகுலத்துக்கு ஆபத்து வருவதைத் தடுக்க முடியாது.’ - ஸ்டீபன் ஹாக்கிங்

# 5

## செயற்கை நுண்ணறிவின் உச்சம் எங்கு கொண்டுவிடும்?

அறிவார்ந்த கேள்விகளும் ஆழமான பதில்களும் என்ற ஸ்டீபன் ஹாக்கிங் கடைசியாக எழுதிய புத்தகத்தில் சொல்லி இருப்பவை மிக முக்கியமானவை. சமீப காலத்தில் செயற்கை நுண்ணறிவு (Aritificial Intelligence-AI) துறையில் வரும் முன்னேற்றங்கள் மனிதகுலத்திற்கு நன்மை பயப்பதாக இருக்கும் என்பதை அங்கீகரித்த அவர், அது கட்டுப்பாடற்று முன்னேறும்போது எப்படிப்பட்ட ஆபத்துகள் வரக்கூடும் என்றும் எச்சரித்திருக்கிறார். அப்படிப்பட்டவை நிகழ்ந்து விடக்கூடாது என்பதற்காக செயற்கை நுண்ணறிவுத் துறையில் இப்போதே சில கட்டுப்பாடுகளைக் கொண்டுவரவேண்டும் என்றும் தொடர்ந்து வலியுறுத்தி வந்தார். அவர் சொல்லியே சில ஆண்டுகள் ஆகிவிட்டன. இன்னும் ஏதும் நடக்கவில்லை.

உயிரினங்களிலேயே மிகச் சிறந்த அறிவு பெற்றதாக இருக்கும் மனித இனம், பல லட்சம் ஆண்டுகளாக அது கற்று அறியும் அறிவுத்திறனை, டிஎன்ஏ-க்கள் மூலம் அடுத்தடுத்த தலைமுறைகளுக்கு தொடர்ந்து நகர்த்திக்கொண்டே வந்தது. அதன் பின் எழுத்தும் சொற்களும், மொழியும் உருவாக்கிக்கொண்டபின், அந்த அறிவு நகர்த்தல் மற்றும் பரவலாக்கல் மிக வேகமாக நடைபெற்றுவருகிறது.

அதற்கும் அடுத்த கட்டமாக தற்போது செயற்கை நுண்ணறிவு வந்து விட்டது. இது அறிவை மிகப்பெரிய வேகத்தில் இட மாற்றம் செய்யும். பல லட்சம் ஆண்டுகளில் இயற்கையாக அதிகரித்த மனிதர்களின் அறிவுத்திறன், இனி, இந்தத் தொழில்நுட்பம் மூலம், செயற்கையாக சில மாதங்களில்கூட ஒருவருக்கு வழங்கப்படக் கூடும். அதற்கான சாத்தியங்கள் உருவாகி வருகின்றன.

செயற்கை நுண்ணறிவு மூலம் இயங்கப்போகும் இயந்திர மனிதர்களால் மனிதஇனத்துக்கு அச்சுறுத்தல் வருமா? என்ற கேள்வியை அவரிடம் கேட்டபோது அவர் வரலாம் என்று சொல்லியிருக்கிறார். ஒரு கட்டத்தில் மனிதர்களைவிட அதிக சிந்திக்கும் திறன் பெற்றவையாக ரோபோக்கள் உயர்ந்துவிடும் என்றும் அப்போது அவற்றால் மனித குலத்துக்கு ஆபத்து ஏற்படுவதைத் தடுக்க இயலாது என்று சொல்லியிருக்கிறார்.

செயற்கை நுண்ணறிவு மூலம் மாபெரும் சக்தி பெற்றுவிடும் இயந்திரங்களுக்கு, மனிதர்களுக்கு நேர்வது போல இறப்பு நேராது. அதன் காரணமாக அவை பெற்றிருக்கும் அறிவு அழியாது. தவிர, காலப்போக்கில் அவை மேலும் மேலும் திறன்பெற்று, மனிதர்களின் திறன், ஆற்றலைப்போல பல மடங்கு அதிகமாகக் கொண்டிருக்கும். ஒரு கட்டத்திற்கு மேல் தங்களை மேம்படுத்தவோ செயல்படுத்தவோ அவை மனிதர்களை எதிர்பார்க்காது. அவைகளாகவே அவைகளை மேம்படுத்திக்கொள்ளும் திறன் உருவாக்கிக் கொண்டு விடும். அவற்றை உருவாக்கியவரின் ஆணைகளுக்கு கட்டுப்படாமலும் போகலாம்.

இயந்திர மனிதர்களுக்கு நியாயம், தர்மம், அன்பு, விசுவாசம் போன்றவையெல்லாம் தெரியாது. மனித இனம் தழைக்க வேண்டும் என்று அவை நினைக்கவேண்டிய அவசியம் இல்லை.

அப்படிப்பட்ட, தங்களைவிட ஆற்றல்மிக்க மாற்று சக்திகளை மனிதர்களே உருவாக்கி, மனித இனத்திற்கே ஆபத்து வரவழைத்துக்கொள்ளவேண்டுமா?

மேலே பார்த்ததுபோல நடக்கும் சாத்தியம் இருப்பதுபோலவே, ரோபோக்களின் அபரிமித வளர்ச்சியால் மற்றொரு ஆபத்திற்கும் சாத்தியம் இருக்கிறது.

மனிதர்கள் பல்வேறு ஆற்றல்கள் பெற்று, இப்போது உயிர்களின் DNA - டி.என்.ஏக்களையே படித்துப் புரிந்துகொள்ளும் ஆற்றல் மற்றும் அவற்றை வேண்டிய விதம் திருத்தம் செய்யும் திறன்களும் பெற்று விட்டார்கள். இந்தத் திறன்கள் கொண்டு பரம்பரை நோய்களை, உடல் குறைபாடுகளை கருவிலேயே அகற்றிவிட

## செயற்கை நுண்ணறிவு குறித்து ஸ்டீஃபன் ஹாக்கிங்

***ஜனவரி 2015***

**வலுவான மற்றும் நன்மை பயக்கும் செயற்கை நுண்ணறிவுக்கான ஆராய்ச்சி முன்னுரிமைகள் என்ற ஒரு திறந்த கடிதத்தில் இருந்து...**
(From the Open Letter)

ஓர் உயிரியல் மூளையால் எதை அடைய முடியும் என்பதற்கும் ஒரு கணினியால் எதை அடைய முடியும் என்பதற்கும் இடையே எந்த ஒரு பெரிய வித்தியாசமும் இல்லை என்று நான் நம்புகிறேன். எனவே, கணினிகளால், மனித நுண்ணறிவைப் போல யோசிக்க இயலும். அதை மீறவும் முடியும்.

***அக்டோபர் 2016***

**கேம்பிரிட்ஜ், யு.கே., புலனாய்வு எதிர்காலத்தின் லெவர்ஹூல்ம் மையத்தின் தொடக்க உரையிலிருந்து...**

நாம் அனைவரும் ஒரு கணம் நின்று, நமது செயற்கை நுண்ணறிவை சிறப்பாகவும் வெற்றிகரமாகவும் உயத்துவது மட்டுமின்றி மனிதகுலத்தின் நன்மை குறித்தும் கவனம் செலுத்த வேண்டும்.

***நவம்பர் 2017***

**லிஸ்பனில் நடந்த வலை உச்சி மாநாட்டில் ஆற்றிய உரையிலிருந்து...**

மனிதர்களுக்குப் பதிலாக செயற்கை நுண்ணறிவு! பூதம் பாட்டிலுக்கு வெளியே வந்துவிட்டது.

செயற்கை நுண்ணறிவு வளர்ச்சியில் நாம் முன்னேற வேண்டும், ஆனால் அதே சமயம் நாம் அதன் உண்மையான ஆபத்துகளையும் கவனத்தில் கொள்ள வேண்டும். செயற்கை நுண்ணறிவு மனிதர்களை முழுவதுமாக மாற்றக்கூடும் என்று நான் அஞ்சுகிறேன். மக்கள் கணினி வைரஸ்களை வடிவமைத்தால், யாரோ ஒருவர் தன்னை பிரதிபலிக்கும் செயற்கை நுண்ணறிவை வடிவமைப்பார்.

செயற்கை நுண்ணறிவு மனிதர்களை விஞ்சும் புதிய வாழ்க்கை வடிவமாக இருக்கும்.

முடியும். காய்கறிகள் பழங்களில் செய்வதுபோல மரபணு மாற்றம் ஜெனிடிக் மொடிஃபிகேஷன் செய்து, மனிதர்களின் உருவம், நிறம், எடை, உயரம், குணங்கள் மற்றும் உணர்வுகளைக்கூட மாற்றி விடமுடியும்.

தவிர, சில மனிதர்கள் தங்களைத் தாங்களே மேம்படுத்திக்கொள்ளவும் முடியும். அல்லது வெளிப்படையாகவோ, மறைமுகமாகவோ பெரும் பணம் கொடுத்து, செயற்கை நுண்ணறிவை விலைக்கு வாங்கி தங்கள் ஆற்றலை மேம்படுத்திக்கொள்ளமுடியும்.

அப்படியெல்லாம் சிலர் கூடுதல் திறன் பெற்றவர்களாக ஆகிவிடும் பட்சம், அவர்கள், மற்ற மனிதர்களை விட பெரிய அளவுகளில் அதிக விதங்களில் வேறுபடுவார்கள். சிலர் மட்டும் அப்படி ஆகிவிடும் பட்சம், 'மனிதர்கள்' மற்றும் 'சூப்பர் மனிதர்கள்' என்பதுபோன்ற பாகுபாடுகள் வரலாம்.

'சூப்பர் மனிதர்கள்' பல்வேறு கிரகங்களுக்குப் போகலாம், வரலாம். முன்னொரு காலத்தில் மனிதர்கள் வேறு சில மனிதர்களை அடிமைகளாகப் பயன்படுத்தியதுபோல, செயற்கை நுண்ணறிவு பெறாத (இயற்கை) மனிதர்களை, பூமியிலேயே பிறந்து வளர்ந்து செயற்கை நுண்ணறிவு பெற்றுவிட்ட 'சூப்பர் மனிதர்கள்' அடிமைப்படுத்தலாம், வேலை வாங்கலாம், துன்புறுத்தலாம். எதுவும் செய்யலாம்.

தவம் செய்து கடவுளிடம் வரம் பெற்ற சிலரின் அசாத்திய சக்திகள் குறித்து இந்து புராணங்களில் சொல்லப்படுவதுபோல, செயற்கை நுண்ணறிவு பெற்ற சில மனிதர்கள் மற்றவர்களைக் காட்டிலும் அதிக ஆற்றல் பெற்று இருப்பார்கள். இப்படிப்பட்டவர்களின் சிந்தனைப் போக்கை பொருத்து, இப்போது இருக்கும் நம்மைப்போன்ற 'சாதாரண' 'இயற்கை' மனிதர்கள் மற்றும் மனிதகுலத்தின் எதிர்காலம் தீர்மானிக்கப்படும்.

அறிவியலின் தற்போதைய உச்சம்தான் செயற்கை நுண்ணறிவு. இந்த 'தற்போதைய' என்பது எப்போதும் இதே நிலையில் இருக்காது. மேலும் மேலும் வேகமாக ஏற்றம் பெறும். ருசி கண்ட மனிதர்கள் விடமாட்டார்கள். தடை செய்யப்பட்டாலும் அணு ஆயுதங்கள் உற்பத்தி ரகசியமாக நடைபெறுவதைப்போல, செயற்கை நுண்ணறிவு மேம்பாடுகள் என்பது தடை செய்யப்பட்டாலும், உலகின் ஏதோ ஒரு மூலையில், எங்காவது ரகசியமாக உருவாக்கப்பட்டுக் கொண்டேதான் இருக்கும். ஆரம்பித்து விட்டதை நிறுத்துவது சிரமம்.

•

## எல்லாவற்றையும் எளிதாக்குதல் எங்கு கொண்டுவிடும்?

குனிந்து நடந்த மனிதன் நிமிர்ந்து நடந்ததே பெரும் முன்னேற்றம் என்று இருந்தது ஒரு காலம். ஆற்றுக்குப்போய் தண்ணீர் குடிக்கலாம். ஆனால், எடுத்துவைக்க, சேமித்துக்கொள்ள வழி தெரியாது. நெருப்பு என்று ஒன்று உண்டு. ஆனால் தேவைப்படும் நேரம் அதை உருவாக்கிக் கொள்வது அத்தனை சுலபமில்லை என்பது போன்ற ஆரம்ப நிலைகளில் இருந்து இன்று மனித இனம் பயணித்திருக்கும் தூரத்தைக் கணக்கிட முடியுமா?

மண்ணில் தானாகவே விளைந்ததை மட்டும் உண்ணாமல், தானே வேண்டியதை விளைவிக்கவும் கற்றுக்கொண்டதன் மூலம் மனித இனம் பல படிகள் ஏறியது.

வார்த்தைகள் உருவாக்கி, அதில் கரைகண்டு, மொழிகளில் முழங்குவது, எண்கள் செய்து, கணக்குகள் உருவாக்கிப் பின் கால்குலேட்டரில் தொடங்கி, பின்பு பல்வேறு தொழிற்சாலைகளில் வங்கிகளில் ஏனைய அமைப்புகளில் கணினி கொண்டு வேகமாக, துல்லியமாக, சிறப்பாக செய்வதெல்லாம், இயந்திரங்கள் கொண்டு செய்ய முடிந்த தெல்லாம் என்ன சாதாரணச் செயல்களா?

அறிவியல் துணைகொண்டு, மருத்துவத்தில் பெரும் முன்னேற்றம் கண்டு, பல்வேறு நோய்களை கண்டறிந்து, ஒழித்து, மனிதனின் சராசரி வாழ்நாளை சில தசமங்கள் நீட்டித்திருக்கும் சாதனைகளைப் போற்றாமல் இருக்க முடியுமா?

உணவு உற்பத்தியில், குடியிருக்கும் பாதுகாப்பான வசதியான இடங்களை அமைத்துக்கொள்வதில், பிரயாணம் செய்வதில், தொடர்பு கொள்வதில் எல்லாம் மனித இனம் கண்டிருக்கும் வளர்ச்சியை எப்படிப் புகழாமல் இருக்கமுடியும்? பல நூறு ஆண்டுகளாக பெரும் வளர்ச்சி கண்டு 2020ஆம் ஆண்டுவாக்கில் வளர்ச்சியின் உச்சியில் நிற்கிறோம் என்றால் அது மிகையல்ல.

இன்று எது சாத்தியமில்லை என்று கேட்க வைக்கும் அளவு தொழிற் சாலைகள், நுண்ணிய வேலைகளைக்கூட சிறப்பாக வேகமாகச் செய்ய இயந்திரங்கள் மேலும் ரோபோக்கள் வந்திருக்கின்றன. மனிதர்கள் பேசுவதை பதிவு செய்யும், திரும்பச் சொல்லும் என்பதையும் கடந்து இப்போது தானே பேசும் சோபியா எனும் ஹியூமனாய்டு ரோபோ உருவாக்கப்பட்டுவிட்டது. சோபியா ஒரு தேர்ந்தெடுத்த பேச்சாளர் மட்டுமல்ல, கேள்வி கேட்டால் புரிந்துகொண்டு பதில் சொல்லும் திறமையும் பெற்றுவிட்டது.

2045ம் ஆண்டு வாக்கில் மனிதர்களை எவ்வளவு தூரம் இயந்திரமயமாக்கலாம் என்பதற்கு இலக்குகள் வைக்கப்பட்டு, முயற்சிகள் நடக்கின்றன என்பதைக் காட்டும் படம்.

## 2045 முன்முயற்சி - அவ்தார் ப்ராஜக்ட்

2045 - ஹோலோகிராம் உடம்பிற்குள் மனித உணர்வை வைப்பது.

2040 - ஹோலோகிராம் உடல் உருவாக்குவது.

2035 - மனித உணர்வை செயற்கை உடம்பிற்குள் வைப்பது.

2030 - செயற்கை மூளை உருவாக்குவது.

2025 - 'பாடி-பி' முதல் வணிக நகல்

2020 - செயற்கை உடம்பிற்குள் மனித மூளை வைப்பது.

2020 - பரவலான உற்பத்தி, அனைவருக்கும் சுலபமாக கிடைக்கும் 'அவ்தார்'

2017 - 'அவ்தார்' பெரும் உற்பத்தி தொடக்கம்

2015 - 'அவ்தார்' முதல் நகல்

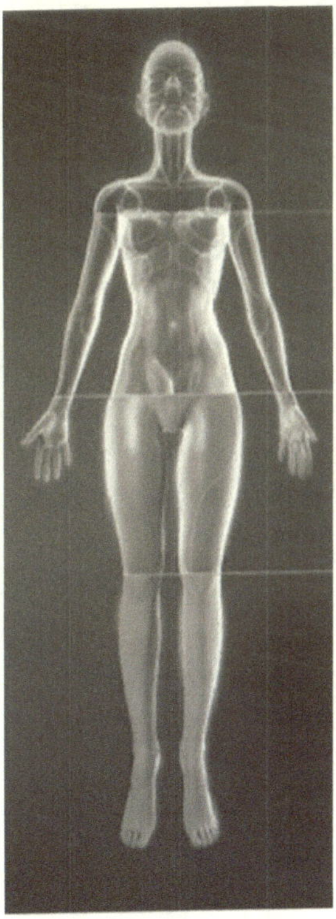

### அவ்தார் D

ஹோலோகிராம் அவ்தார்.

### அவ்தார் C

ஒருவரின் வாழ்க்கையின் முடிவில் அவரின் ஆளுமை அவ்தாரின் செயற்கை மூளைக்கு மாற்றப்படுகிறது.

### அவ்தார் B

ஒருவரின் வாழ்க்கையின் முடிவில் மனித மூளை அவ்தாரில் இடமாற்றம் செய்யப்படும்.

### அவ்தார் A

மூளை கணினி இடைமுகம் வழியாக தொலைவிலிருந்து கட்டுப்படுத்தப்படும் மனித உடலின் ரோபோ நகல்.

2045 - STRATEGIC SOCIAL INITIATIVE

இயந்திரத்துக்கு யோசிக்கும் திறமையைக் கொடுத்துவிட்டான் மனிதன். அடுத்து என்ன வரப் போகிறதோ என்று வியக்க வைக்கும் பல கண்டுபிடிப்புகள் உலகின் பல பாகங்களிலும் தொடர்ந்து நடைபெற்று வருகின்றன.

2050ஆம் ஆண்டு வாக்கில் ‘சிங்குளாரிட்டி’ என்கிற மனித உடம்பில் இயந்திரங்கள் கலக்கிற, மனிதன் வேறு இயந்திரம் வேறு என்கிற வேற்றுமையை உடைக்கிற ஏற்பாடு வந்துவிடுமாம்; கைகால்கள், இதயம், கல்லீரல் போன்றவை மட்டுமல்ல. இதுவரை சாத்தியமாகாமல் இருந்த செயற்கை மூளையையும்கூட உருவாக்கி வைக்கப் போகிறான் மனிதன். மொபைல் போன் முதல் பல்வேறு சிறு சிறு உபகரணங்கள் உடலோடு சேர்த்து வைக்கப்பட்டிருக்கும்.

ஒரு சிலரால் மட்டும் செய்யப்பட்டு வந்த கைவினைப் பொருள்கள், கலைகள், வேலைகள் எல்லாம் இனி மனிதனைவிட சிறப்பாகச் செய்யக்கூடிய ரோபோக்கள் வந்துகொண்டிருக்கின்றன. அழகிய பெண், திடகாத்திரமான ஆண் திருமணத்திற்குத் தேவை என்கிற காலம் இதோ காணாமல் போய்க்கொண்டிருக்கிறது.

இனி, எது கேட்டாலும் கிடைக்கும். ஆண் பெண் கூட திருமணத்திற்கு கிடைக்கிற காலம் வரப்போகிறது. அப்படியே தத்ரூபமாக, அதே உடல்வாகு, மனித உடல் போன்ற தன்மை உடைய பெண் ரோபோக்கள், ஆண் ரோபோக்கள் ஆயத்தமாகிக் கொண்டிருக் கிறார்கள். சீக்கிரமே சந்தையில் கிடைப்பார்கள்.

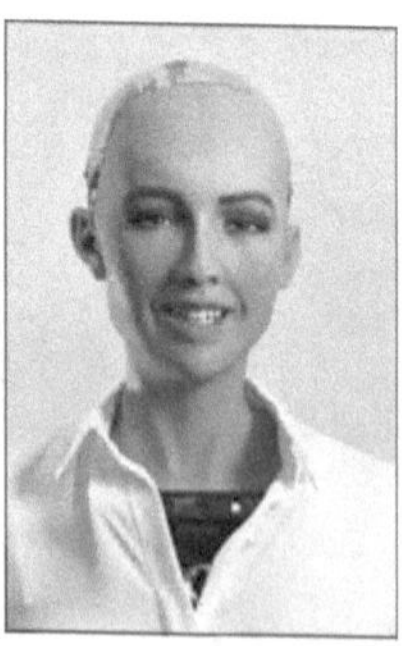

செயற்கை நுண்ணறிவு தொழில்நுட்ப
உதவியுடன் தயாரிக்கப்பட்டிருக்கும்
‘சோபியா’ என்ற ஹியூமனாய்ட் ரோபோ.

## இயந்திரமயமாக்கல் செய்யும் பிரச்னை

ஆக்ஸ்போர்டு எகனாமிக்ஸ் என்ற பகுப்பாய்வு நிறுவனம் வழங்கும் தகவல்படி, 2030ம் ஆண்டிற்குள் ரோபோக்களால் உலகெங்கிலும் 2 கோடி உற்பத்தி வேலைகள் மனிதர்களிடம் இருந்து எடுக்கப்படலாம். இருப்பினும், ஆட்டோமேஷன் அதிகரிப்பது வேலைகள் மற்றும் பொருளாதார வளர்ச்சியை அதிகரிக்கும் என்றும் அந்நிறுவனம் கூறியுள்ளது. வருமான சமத்துவமின்மையின் சேதம் வரவிருக்கிறது என்றும், அது அதிகரிப்பதைத் தடுக்க நடவடிக்கை எடுக்க வருமாறும் நிறுவனம் அழைப்பு விடுத்தது.

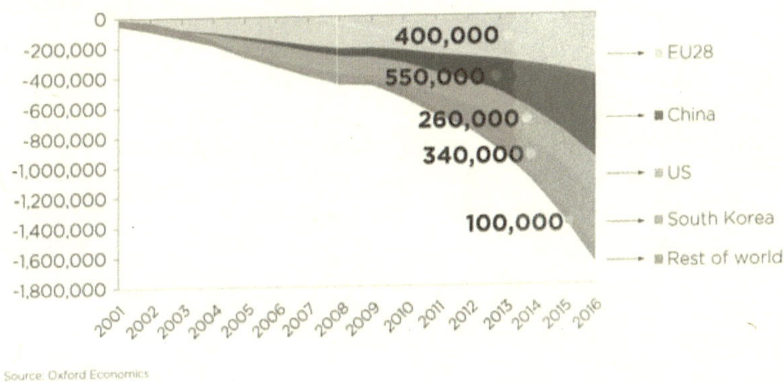


2000 ஆண்டு முதல் மெக்கானிஷேசனால் அழிக்கப்பட்ட வேலைகளின் எண்ணிக்கை

## ரோபோக்களின் எழுச்சி

ஒவ்வொரு புதிய தொழில்துறை ரோபோவும் 1.6 உற்பத்தி வேலைகளை அழிக்கிறது. குறைவான திறன் தேவைப்படும் வேலைகள் அதிகம் பாதிக்கப்படுகின்றன. மேலும், உற்பத்தியில் இருந்து வெளியேறும் தொழிலாளர்கள், போக்குவரத்து, கட்டுமானம், பராமரிப்பு மற்றும் அலுவலகம் மற்றும் நிர்வாகப் பணிகளில் புதிய வேலைகளைப் பெற முனைகிறார்கள். சராசரியாக, குறைந்த திறன் கொண்ட பிரதேசங்களில் நிறுவப்பட்ட ஒவ்வொரு கூடுதல் ரோபோவும் அதே நாட்டின் உயர் திறமையான பிரதேசங்களில் இருப்பதைவிட கிட்டத்தட்ட இரு மடங்கு வேலை இழப்புகளுக்கு வழிவகுக்கும், இது மக்களிடையே பொருளாதார ஏற்றத்தாழ்வை அதிகரிக்கும்.

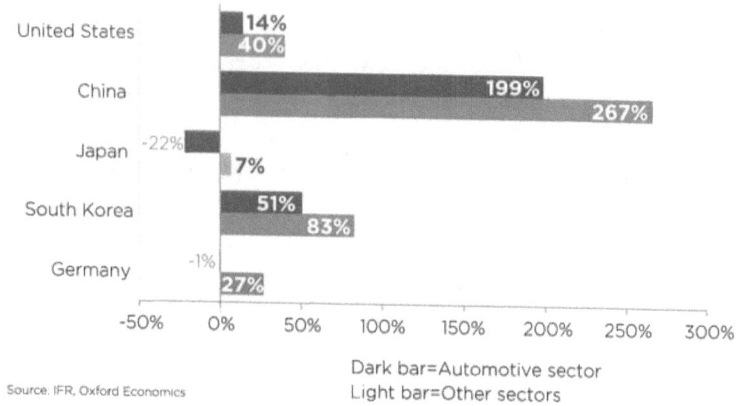


2011ம் ஆண்டு முதல், 2016ம் ஆண்டுவரையிலான காலகட்டத்தில் வாகனங்கள் உற்பத்தித் துறையிலும், ஏனைய துறைகளிலும், மனிதர்களிடம் இருந்து ரோபோக்களுக்கு மாற்றப்பட்டிருக்கும் வேலைகளின் அளவு.

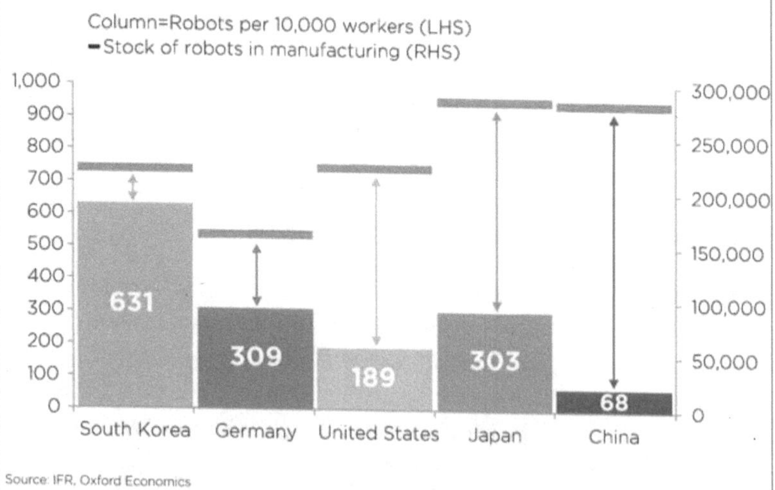


2030ஆம் ஆண்டில் உலகளாவிய ரோபோக்களின் பங்கு 20 மில்லியனை எட்டும், சீனாவில் மட்டுமே 14 மில்லியனுடன் இருக்கும் என்று அறிக்கை கூறியுள்ளது.

## மனிதர்களுக்கு ஆபத்து?

ரோபோ தொழில்நுட்பம் அன்றாட வாழ்க்கையின் பல்வேறு துறைகளில் மனிதகுலத்திற்கு பெரிதும் உதவிக்கொண்டிருக்கிறது என்பதில் சந்தேகமில்லை. இருப்பினும், ரோபோக்கள் மனித குலத்திற்கு அச்சுறுத்தலாக இருக்கப்போவதாக ஏராளமான ஆய்வுகள் கூறுகின்றன.

கடந்த 2018ம் ஆண்டு இறந்த ஸ்டீபன் ஹாக்கிங், ரோபோ ஆட்டோமேஷன் (Robot Automation) அதிகரிப்பதில் அக்கறை கொண்டிருந்தவர். அவர், 2015ம் ஆண்டு ஒரு ரெட்டிட் (Reddit) அமர்வில் பேசியது -

> ''இயந்திரங்கள் நமக்குத் தேவையான அனைத்தையும் உற்பத்தி செய்தால், அதன் பலன் உற்பத்தியானவை எவ்வாறு விநியோகிக்கப் படுகிறது என்பதைப் பொறுத்துதான் அமையும். கூடுதல் உற்பத்தியின் பலன்களை எல்லோருடனும் சிறப்பாக பகிந்துகொண்டால் எல்லோருக்கும் கூடுதல் ஓய்வு நேரம் கிடைக்கும். இயந்திர உரிமையாளர்கள் செல்வ மறுபகிர்வுக்கு எதிராக நடந்துகொண்டால் பெரும்பாலான மக்கள் மிக மோசமான ஏழ்மை நிலைக்குத் தள்ளப் படுவார்கள். இதுவரை நடப்பவற்றைப் பார்த்தால் எல்லாம் மோசமான நிலையை நோக்கிப் போவதுபோலத்தான் தெரிகிறது. தொழில்நுட்பம் எப்போதும் அதிக ஏற்றத் தாழ்வுகளுடன்தான் அமையும்.''

## அவசியம், ஆடம்பரம், ஆபத்து!

வீடுகளுக்குள் முடங்கிக் கிடந்தவர்கள் வெளியில் வந்து, கடற்கரை மணலில் நின்று, பின் அமர்ந்து, கதைகள் பேசி, காற்றை அனுபவித்து விட்டுப் பின் எழுந்து, மெல்ல நடந்து, கடலை நோக்கிப்போய், கடல்நீரில் கால்களை நனைத்து, சிலிர்த்து, சிலாகித்து, அடுத்து இன்னும் சில அடிகள் கடல் தண்ணீருக்குள் நடந்து, மோதும் அலைகளை ரசித்து அனுபவித்து…

இதுவரை பரவாயில்லை. செய்யவேண்டியதுதான். இதற்கு மேலே ஆசைப்பட்டு, தைரியம் பெற்று, இன்னும் சில அடிகள், மேலும் சில அடிகள் என கடலுக்குள் நடந்தால் என்ன ஆகும்?

கடலுக்குள் நடை சாத்தியமா? அப்படி நடப்பது எங்கு போய் முடியும்?

அப்படித்தான் ஆகிக்கொண்டிருக்கிறது இயந்திரமயமாக்கல். நம் கட்டுப்பாட்டை இழந்து கடலுக்குள் நடக்க ஆரம்பித்துவிட்டோம். நடந்தும் ஓடியும் எவ்வளவு தூரம் போய்விடமுடியும்? கிடைப்பது

மட்டுமே. அது, விலங்குகளோ காய்கனிகளோ. அவற்றை மட்டுமே உண்டு வாழ்ந்து வந்த மனிதக் கூட்டம், இயந்திரங்கள் வாகனங்கள் உருவாக்கியும், பச்சையாகத் தின்றதை வேகவைக்கும் வழிகள் கண்டறிந்தும், பின் தங்களுக்கு வேண்டியதைப் பயிரிட்டும் முன்னேற்றம் கண்டது.

கிடைக்கும் இடம் தேடிப்போய் எடுத்து வருவதுபோக, குகைகளில் வாழ்வதை விடுத்து, ஆறுகளாக தண்ணீர் ஓடும் நதிக்கரைகளிலே வாழத் தொடங்கியதும், பின் அறிவியல் மூலம் தங்களுக்கு வேண்டிய இடங்களில் இருந்துகொண்டே, தண்ணீரை வாழும் வீடுகளுக்குள் வரவழைத்ததும் பெரும் வளர்ச்சி.

மழை, புயல், வெப்பம், வறட்சி, போன்ற இயற்கை சவால்களைச் சமாளிக்கக் கற்றுக்கொண்டு மடிந்து போகாமல் வாழப் ஏற்பாடுகள் செய்துகொண்டது, பழகிக்கொண்டது எல்லாம் என்ன சாதாரண மான முன்னேற்றங்கள் அல்ல. பெரும் முன்னேற்றங்கள்.

ஆடை அணிகலன்கள், வாழ்க்கை வாழத் தேவையான கருவிகள், வாகனங்கள், இயந்திரங்கள் எனப் பலவற்றையும் செய்து, பலருக்கும் அவர்களது நேரத்தையும் மீதப்படுத்திக்கொடுத்து, உடல் அயர்வைக் குறைத்தது, எல்லாம் மனித இனம் செய்துகொண்ட மிகப்பெரும் வளர்ச்சி.

சூரியன் இருந்தால் மட்டுமே நாள் என்றிருந்த நிலையில் இருந்து மாறி, நெருப்பு உருவாக்கிப் பின், நெருப்பில்லா வெளிச்சமும் கண்டறிந்து, வேண்டும் நேரம், வேண்டும் அளவு வெளிச்சம், எரிசக்தி, தண்ணீர், உணவு, ஆடைகள், குடியிருப்புகள், போக்கு வரத்து வசதிகள், மருத்துவம் எனப் பல நூற்றாண்டுகள் சிந்தித்து, முயன்று, உருவாக்கி இருப்பதெல்லாம் வியப்புக்கும் பாராட்டுக்கும் உரியனதான்.

இப்படியே தொடர்ந்து செய்து செய்து இன்று அடைந்திருக்கும் நிலை எப்படியிருக்கிறது? உதாரணங்களாக ஒன்றிரண்டை மட்டும் பார்த்தாலே நிலைமையின் தீவிரம் புரிந்துவிடும்.

வீட்டிலும் அலுவலகத்திலும் வைக்கப்படும் ஒரு சிறு டம்ளர் அளவில் இருக்கும் அலெக்சா அல்லது கூகுள் அசிஸ்டென்ட் என்னவெல்லாம் செய்கிறது? கேட்டால் பதில் சொல்கிறது. சொன்னபடி இயந்திரங்களை இயக்குகிறது. அலுவல்களை, செய்ய வேண்டியவைகளை நினைவு படுத்துகிறது. ஆபத்துகள் குறித்து எச்சரிக்கிறது, தடுக்கிறது. விவரம் தருகிறது. பயன்படுத்துகிறவர் களுக்குத்தான் எவ்வளவு வசதி! எவ்வளவு உதவி!

## ‘ஸ்மார்ட்’ அசிஸ்டெண்ட் ஸ்பீக்கர்ஸ்

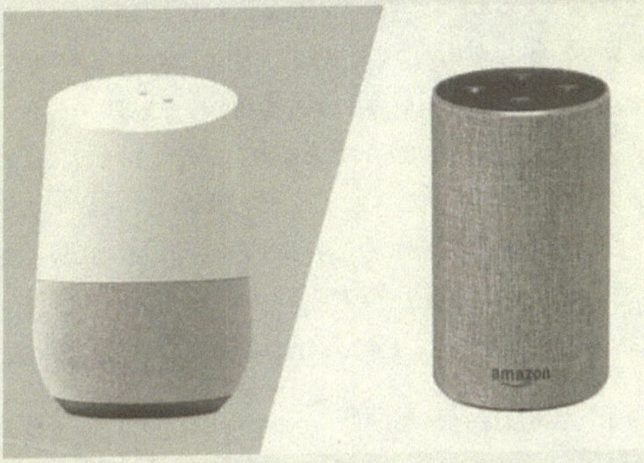


அமேசான் நிறுவனத்திலிருந்து ‘அலெக்ஸா’, ‘எக்கோ’, ‘எக்கோ டாட்’; கூகுள் நிறுவனத் தயாரிப்பான ‘ஹோம்’, ‘நெஸ்ட்’, ‘அசிஸ்டெண்ட்’ ஆகியவைகள் ஒரே போன்ற கருவிகள். செயற்கை நுண்ணறிவு மூலம் அந்தக் கருவிகள் அதை வைத்திருப்பவர் சொல்பவற்றைப் கேட்டுப் புரிந்துகொண்டு அதற்கு ஏற்பச் செயல்பட முடியும். மின் இயந்திரங்கள், மின்னணு இயந்திரங்கள் ஆகியவற்றை இயக்குவது, நிறுத்துவது, செய்யவேண்டிய வேலைகளை சரியான நேரத்திற்கு நினைவூட்டுவது, செய்திகள் வானிலை, நேரம் போன்றவற்றை கேட்கும் போது தெரிவிப்பது என சில வேலைகளைச் செய்யும் திறன் படைத்தது. கிட்டதட்ட ஒரு பணியாளரைப் போல இணையம் மூலம் தொடர்புகொள்ளகூடிய இயந்திரங்களை இயக்க வல்லவை.

பொருள்கள் வாங்க பெரும் கடைகளுக்குப் போனால் நாம் எடுப்பது எல்லாம் அதுவே கணக்கிட்டு, கடையைவிட்டு வெளியேறும்போது அதுவே, நமது கடன் அட்டையில் இருந்து பணம் எடுத்துக் கொள்கிறதே! இது, எவ்வளவு நேரம் மற்றும் உழைப்பை மீதம் செய்து தருகிறது! கார்களில் டோல்கேட் கடந்து போகும்போது, வண்டியின் முன்பக்க கண்ணாடியில் ஒட்டப்பட்டிருக்கும், ‘பாஸ்ட் டேக்’ மூலம் வண்டிக்காரரின் கணக்கிலிருந்து பணம் எடுத்துக் கொள்ளப்படும். இதனால் எவ்வளவு காத்திருப்பு குறைக்கப் படுகிறது! நேர விரயம் தவிர்க்கப்படுகிறது!! பலரின் உழைப்பு மீதப்படுத்தப்படுகிறதே!!!

இப்படியாக தொழிற்சாலைகளில் வந்துவிட்ட ‘மனித இயந்திர’ ரோபோக்கள், நிறுவனம் திட்டமிட்டதை துல்லியமாக, தரமாக, தடையின்றி, தான் ஓய்வு எடுக்காமல், தொடர்ந்து செய்து தள்ளும் என்பது எவ்வளவு பெரிய மாற்றம்! நிறுவனங்களுக்கு எவ்வளவு வசதி! ஊழியர்கள், தொழிற்சங்கங்கள், கோரிக்கைகள், பேச்சு வார்த்தைகள், நேரடி நடவடிக்கைகள், போராட்டங்கள், ஒழுங்கு நடவடிக்கைகள், உற்பத்தி தடை போன்றவையெல்லாம் இனி இல்லாமல் போய் விடுமே! இதனால் நிறுவனங்களும், அரசும், அந்தப் பொருள்களைப் பயன்படுத்தும் மக்களும் இனி எவ்வளவு நிம்மதியாக, சௌகரியமாக, பிரச்னைகள் இன்றி இருக்க முடியும்!

அட! இவற்றால் எவ்வளவு வசதி என இவற்றையெல்லாம் பார்த்து பலரும் வியக்கிறார்கள். ஆகா! முன்னேற்றம் என்று பாராட்டு கிறார்கள். இவற்றினூடே, இவற்றின் காரணமாக வேறு என்ன நடக்கிறது மற்றும் இவற்றால் ஏற்படப்போகும் நீண்டகால விளைவு என்ன என்பதைப் பார்க்கிறார்களா? அதுதான் கடலுக்குள் இட்டுச் செல்வது.

இவற்றால் தனிநபர்கள் எவற்றை விரும்புகிறார்கள்? எவற்றை வாங்குகிறார்கள்? எங்கே போகிறார்கள்? என்ன செய்கிறார்கள்? என்பதெல்லாம் தகவல்களாக, ஒரு சில முதலாளிகளிடம் போகிறது.

**கொரோனா காலத்து வெப்பினார் ஒன்றில் அமெரிக்கவாழ் இந்தியர் ஒருவர் பகிர்ந்துகொண்ட தகவல் இது.**

அவர் ஒரு கடையில் சட்டை வாங்கி வந்திருக்கிறார். வீட்டில் இருந்த நேரம் அதற்கு கொடுத்த விலைக்கு தகுந்தார்போல அதன் தரம் இல்லையே என்று அவரது மகனிடம் அலைபேசியில் சொல்லியிருக்கிறார். அதற்கு அடுத்த மூன்று நாட்களில் அவருக்கு ஒரு 100 டாலருக்கான இலவசக் கூப்பன் வருகிறது. அனுப்பியது அந்த சட்டைக் கம்பெனிதான். இது எப்படி சாத்தியம் என்று அவர் யோசித்திருக்கிறார். எல்லாம் அலெக்ஸா செய்த வேலைதான். இவர்கள் அலைபேசி பேச்சை காதில் வாங்கிய அலெக்ஸா அவர்கள் குறிப்பிட்ட நிறுவனத்திற்கு அப்படியே செய்தியை அனுப்பியிருக்கிறது. ஒரு விதத்தில் உதவி. பல விதங்களில் சங்கடம் மற்றும் ஆபத்து.

மக்கள் அடுத்து எப்படிச் சிந்திப்பார்கள் என்பதை யூகித்து, ஆராய்ந்து அல்லது அவர்கள் எப்படிச் சிந்திக்க வேண்டும் என்பதைத் திட்டமிட்டு, அதற்கேற்றார்ப்போல நடவடிக்கைகள் எடுக்க அந்த முதலாளிகளால் முடியும். இந்தத் தகவல்கள் கொண்டு அவர்கள் நிறுவனம் வியாபாரம் பெருகவும், அவர்களுடைய தனிப்பட்ட செல்வம் மேலும் பெருகவும் வைக்க முடியும். அவற்றுக்கான வாய்ப்புகளை டிஜிட்டல் எனப்படும் மின்னணுதொழில்நுட்பம் தருகிறது. இப்படி தனிநபர் சுதந்திரங்கள் பறிபோகலாமா? சிலர் மேலும் மேலும் பணக்காரர்கள் ஆகலாமா?

இயந்திரமயமாக்கல், மின்னணுமயமாக்கல் போன்றவற்றால் நேரம் மிச்சம் ஆகிறது, வேலை மற்றும் ஆட்கள் மிச்சம் ஆகிறார்கள் என்கிறார்கள். சரி, அவை எப்படி சாத்தியமானது? அந்த வேலைகளை ஏற்கெனவே செய்து கொண்டிருந்தவர்கள் என்ன ஆகிறார்கள்? மேலும், போகப் போக அவர்கள் என்ன ஆவார்கள்? இந்தக் கேள்விகள் முக்கியமானவை. சிந்திக்கவேண்டியவை.

ஏற்றத்தாழ்வு எந்தவிதத்தில் வந்தாலும் அது நியாயமில்லை. ஏற்றுக் கொள்ளக்கூடாதது. பிறப்பை வைத்துச்செய்யும் சமூக ஏற்றத் தாழ்வு, பணத்தை வைத்து ஏற்படுத்தும் பொருளாதார ஏற்றத்தாழ்வு போக, மூன்றாவதாக இப்போது ஒரு புதிய ஏற்றத்தாழ்வு கட்டமைப்பு செய்யப்பட்டு வருகிறது. அது, மனிதர்களின் சிந்திக்கும் திறனில், உழைக்கும் திறனில், உழைக்க கிடைக்கும் வாய்ப்புகளில் உருவாக்கப்படும் ஏற்றத்தாழ்வு.

பல நூறு ஆண்டுகள் நசுக்கப்பட்டு இருந்த சமூகங்கள், கடந்த நாற்பது, ஐம்பது ஆண்டுகளாக அவர்களுக்கு வழங்கப்பட்ட வாய்ப்பு களைப் பயன்படுத்தி, படித்துவிட்டு, செய்து பார்த்து உற்சாகம் அடைந்து, தைரியம் வரப்பெற்று, இப்போது செய்யும் வேலைகளில் தான் எவ்வளவு பெரிய வேறுபாடு! மற்ற எவரும் செய்வதைப் போலவே, இன்னும் சில இடங்களில் மற்றவர்களைக் காட்டிலும் கூடுதலாகவே கூட அவர்களால் செய்ய முடிகிறது என்பது எதைக் காட்டுகிறது? மனிதர்களுக்குள் சிந்திக்கும் திறன் மற்றும் உழைக்கும் வல்லமைகளில் வேறுபாடுகள் இல்லை. கற்றலும் செய்வதும் எவருக்கும் சாத்தியமே. தேவை, வாய்ப்புகள் மட்டுமே. என்பதைத்தானே!

சமூக அடிப்படையில் சிலர் ஒதுக்கப்பட்டதைப்போல, அவர்களுக்கு வாய்ப்புகள் மறுக்கப்பட்டதைப்போல, இப்போது சிந்திக்கும் திறன் மற்றும் உழைக்கும் வாய்ப்புப் பெறும் விதங்களில் பலரும் ஒதுக்கப்பட

இருக்கிறார்கள். அதுதான், கடல்நீரில் கால்நனைப்பதில் இருந்து, நகர்ந்து கடலுக்குள் போவதற்கு ஒப்பான, இயந்திரமயமாக்கல், ரோபோடிக்ஸ். எல்லாம் இயந்திரங்கள் செய்தால், அவை சிறப்பாகவும், தரமாகவும் ஏன் மலிவாகவும்கூட இருக்கலாம். அதற்காக?

எல்லாம் இயந்திரங்கள் செய்யுமென்றால், மக்கள் என்ன செய்ய? மக்கள் அவற்றைப் பயன்படுத்த மட்டுமா?

எனக்காக இயந்திரம் சிந்திக்கும். அதுவே செய்துகொடுக்கும் என்றால், நான் என்ன அதைப் பயன்படுத்த மட்டுமே என்றால், 'நான் ஒரு முட்டாள்.' 'நான் ஒரு சோம்பல்காரன்.' என்று ஒப்புக்கொள்வது போலத்தான்.

இது எனக்கு மரியாதையா? இவ்வளவுதானா நான்? பயன்படுத்துவதில் மட்டுமா மனநிறைவும் உற்சாகமும் வருகிறது? தானே செய்வதில் சுயதிருப்தி இல்லையா? அது முக்கியம் இல்லையா? வருங்காலத்தில், எனக்கு போட்டி இன்னொரு மனிதன் அல்ல. என்னுடைய போட்டி இயந்திரத்துடன் என்றாகிவிடுமா? அதனுடன் என்னால் போட்டி போட முடியுமா?

இப்படிப்பட்ட சூழ்நிலையை உருவாக்கிக்கொண்டிருப்பதும் சில மனிதர்கள்தான். அந்த சிலர் அவர்களுக்குக் கிடைக்கும், 'நான் செய்தேன்' என்ற பெருமை, மனநிறைவு, பாராட்டு, பணம் ஆகியவற்றுக்காக, பல நூறு மனிதர்களின் சுயமதிப்பையும், சிந்திக்கும் திறனையும், வேலை செய்யும் வாய்ப்புகளையும் ஒழிக்கிறார்களே! 'நான் செய்தேன்' என்ற பெருமை மற்றும் மகிழ்ச்சியை திருடுகிறார்களே!

ஒருவர் தொடர்ந்து வெறுமனே பயன்படுத்துவதில் மட்டும் ஈடுபட்டால், அவரது சிந்திக்கும் திறன், செய்யும் திறன் எல்லாம் காலப்போக்கில் கரைந்துபோய்விடாதா? பின்னால் அவற்றை மீட்பது எளிதா? அரிதாகிவிடாதா?

'என்ன சொல்கிறீர்கள்! இந்த அறிவியல் வளர்ச்சியைத் தடுக்க முடியுமா?' என்று கேட்கவேண்டாம். தடுக்கவேண்டுமா இல்லையா? இல்லாவிட்டால் என்ன ஆகும்? அதற்கான பதில்தான் தேவை. மேலே சொல்லப்பட்டிருப்பவற்றை மறுக்க முடியுமா?

இவற்றை முழுமையாகவும் உடனடியாகவும் நிறுத்த இயலாவிட்டாலும் கட்டுப்படுத்த வேண்டும். வேறு வழிகள் என்ன என்று கண்டிப்பாக சிந்திக்க வேண்டும்.

எல்லோரும் வாழ வேண்டும். அதற்கு வசதிகள் மட்டும் போதாது. மனநிறைவும் மனநிறைவைத் தரும் சிந்திக்கும் வாய்ப்புகளும் திறனும் வேண்டும். சிந்திப்பதும் செய்வதுமே, சுய நம்பிக்கையை, மரியாதையை மனநிறைவை பெற்றுத் தரும் .

இயந்திரமயமாக்கல் மூலம் எதிர்காலத்தில் பெரும்பாலானவர்களுக்கு உழைக்கும், அதன் மூலம் மனநிறைவு பெறும், கவுரவமாக சம்பாதிக்கும் வாய்ப்புகள் பறிக்கப்படும் ஆபத்து நிச்சயம் இருக்கிறது.

ஒவ்வொரு ஊரிலும் செய்யப்படும் பல்வேறு தொழில்கள், அவை செய்யப்படும் மண்ணுக்கு எதைத் தருகிறது? எவர் எவரோ, எங்கேயோ கேளிக்கைகளில் ஈடுபட, இங்கே தன் தரப்பு நியாயத்தை எடுத்துப் பேசி போராட முடியாத மக்கள், அவர்களது மண், நீர் மற்றும் காற்று மாசுபடுவதையும் உடல் நலமும் வாழ்க்கைத்தரமும் பாதிக்கப்படுவதையும் ஏற்றுக்கொள்ள வேண்டியிருக்கிறது!

# 6

## சுரண்டப்படும் தொழிலாளர் உழைப்பு

**நியாயமான ஊதியம் - பேஃர் வேஜ்** (Fair wage)

பட்டாசுகள், வாண வேடிக்கைகள் வெடித்து மகிழ்கிறோம். அவற்றின் விலை என்ன? பத்து ரூபாய், இருபது, முப்பது, ஐம்பது, நூறு ரூபாய். அவ்வளவுதானே! அந்த விலைக்குள் என்னென்ன இருக்கின்றன? அந்தப் பணம் யாருக்கெல்லாம் போகிறது?

வாங்கி விற்கும் வியாபாரி, கடைக்காரர் ஆகியோரது செலவுகள் மற்றும் அவர்களது லாபம். மற்றும் உற்பத்தியாளர் செய்யும் செலவுகள் மற்றும் அவரது லாபம் ஆகியவை சேர்ந்ததுதான் அவற்றின் விலை.

உற்பத்தியாளரின் செலவுகளில் என்னவெல்லாம் வரும்?

பொருள்கள் தவிர அங்கு உழைப்பவர்களின் சம்பளமும் சேர்ந்தது தானே செலவு! அங்கு உழைப்பவர்களுக்கு என்ன ஊதியம் கொடுக்கப்

படுகிறது? அதுதான் கேள்வி. இந்த வேலையைச் செய்வதால் அவர்கள் உடல்நலம் என்ன ஆகிறது? இந்த வேலை செய்பவர்களின் புகைப்படங்களையாவது பார்த்திருப்போமல்லவா?

அப்படிப்பட்ட வேலைகளை நாள் முழுக்க, தரைகளில் அமர்ந்து உடம்பு முழுக்க வெடி மருந்துப்பொருள்களுடன் இருந்துவிட்டு அவர்களால் இயல்பாக சாப்பிட, தூங்க இயலுமா? அவர்கள் வேலை செய்கின்ற இடங்கள் பாதுகாப்பானவைதானா? இதையெல்லாம் பொறுத்துக்கொண்டு வேலை செய்கிறார்கள் என்றால் அதற்கு காரணம் அங்கே இருக்கும் அல்லது இல்லாமல் போன வேலை வாய்ப்புகள்தானே.

அவர்கள் வேலை செய்யும் பணி இடங்கள் எப்படி இருக்கவேண்டும். வேலைச் சூழல் எப்படிப்பட்டதாக அமைக்கப்பட வேண்டும்? அவர்களது மூக்கு மற்றும் ஏனைய உடல் உறுப்புகளில் மருந்து படவே கூடாது. வெடித்து எந்த விபத்தும் நேரக்கூடாது. Fair Wage என்பார்கள். நியாயமான ஊதியம். உடல்நலத்தில் பெரிய அளவு கேடு விளைவிக்கக்கூடிய இந்த வேலையைச் செய்ய உயர்ந்த ஊதியம் வழங்கப்படவேண்டும். ஆனால் கொடுக்கப்படுவது என்ன?

யாரோ ஒரு முதலாளி, அங்கு வாழும் மக்களை பாதுகாப்பற்ற வேலைச் சூழலில் அவர்களை வேலை செய்ய வைக்கிறார். நோய் வாய்ப்பட நேரிடும், விபத்துக்களுக்கு உள்ளாகக் கூடிய சூழலில் அவர்கள் வேலை செய்கிறார்கள். அதற்கு சொற்ப ஊதியம் மட்டுமே அவர்களுக்கு கிடைக்கிறது.

அங்கு பணி செய்வோரின் பாதுகாப்பிற்கும், உடல் நலத்திற்கும் உரிய செலவுகள் செய்யப்படவில்லை. குறைந்த செலவிலேயே உற்பத்தி முடிந்துவிடுகிறது. அதன் மேல் முதலாளி தேவையான லாபம் வைத்து விற்கிறார். அவர் லாபம் சரி. ஊழியர்களுக்குச் சேரவேண்டியது என்ன ஆகிறது? பணியாளர்களின் பாதுகாப்பு மற்றும் உடல்நலம் ஆகியவை எல்லாம் சரியாகச் செய்யமுடிந்தால் மட்டுமே அந்த வேலைகள் செய்ய அனுமதிக்கப்படவேண்டும். அந்தச் செலவுகளையும் சேர்த்து விலை வைக்க அனுமதிக்கலாம்.

ஓர் ஒற்றை வெடி, நூறு ரூபாய்கூட விலை இருக்கட்டும். இயன்றால் மட்டும் வாங்கி மக்கள் வெடிக்கட்டும். எவர் எவரோ சல்லிசாகப் பெற, அனுபவிக்க, வேறு எவரோ சிரமப்படவேண்டுமா? அபாயத்தில் வேலை செய்ய வேண்டுமா? இதெல்லாம் நியாயமா?

பட்டாசுகள் மட்டுமல்ல. பல வண்ணங்களில் பனியன், டீ ஷர்ட் போன்றவற்றை உற்பத்தி செய்கிறோம். ஏற்றுமதி செய்கிறோம். உள்ளூரிலும் விற்கிறோம். இவற்றுக்கு அமெரிக்காவிலும் ஐரோப்பா

விலும், நம்மூர்களிலும் கிடைக்கும் விலைகள் சரியானவைதானா? பட்டாசுக்குள் ஒளிந்திருக்கும் பல ஏழைத் தொழிலாளர்களின் சிரமங்களை ஆபத்துக்களைப்போல திருப்பூரையும் அதுபோல இன்னும் பல ஊர்களையும் சேர்ந்த தொழிலாளர்களின் வாழ்க்கையிலும் சிரமங்கள் ஒளிந்திருக்கவே செய்கின்றன. அவர்களுக்கு சொற்ப சம்பளம், மோசமான வேலைச் சூழல், வசதிகள். இவ்வளவுதான் 'லேபர் காஸ்ட்'. யாரை ஏமாற்றி யாருக்குக் கொடுப்பது, தானும் எடுத்துக்கொள்வது.

தவிர, சிவகாசி, திருப்பூர், ஆம்பூர் போன்ற ஊர்களில் உருவாகும் கழிவுகள் அந்த ஊர்களின் மண்ணில் சேர்கின்றனவே! இப்படியாக தமிழ்நாட்டில் மட்டுமில்லை... இந்தியாவில், பிலிபைன்ஸில், பங்ளாதேஷில் என்று எத்தனையோ பின் தங்கிய நாடுகளில், மாவட்டங்களில், ஊர்களில் நடக்கின்றன. எவரோ எங்கேயோ கேளிக்கை கொண்டாட உடுத்தி மகிழ, இங்கே தன் தரப்பு நியாயத்தை எடுத்துப்பேச போராட முடியாத மக்கள் இவற்றை எல்லாம் தாங்கிக் கொள்ள வேண்டுமா?

இவையெல்லாம் அடுத்த தலைமுறைகளை மட்டுமல்ல இந்தத் தலைமுறையில் வாழ்வோரையும் பாதிப்பவையே.

கலர் டீஷர்ட் வேண்டுமென்றால் எல்லா சட்டதிட்டங்களையும் நடைமுறைப் படுத்தி, ஆபத்தில்லாமல் உற்பத்தி செய்வோம். உழைப்பவர்களுக்கு உரியன கொடுத்துவிட்டு, சேர்த்தே விலை வைப்போம். இயன்றால் வாங்கட்டும், இல்லாவிட்டால் உற்பத்தி நிறுத்திவிடுவோம். விலை குறைத்தால்தான் ஏற்றுமதி சாத்தியம், போட்டி அப்படி இருக்கிறது என்றெல்லாம் வருத்தப்படவேண்டாம். அன்னியச் செலாவணி வராமல் போனாலும் பரவாயில்லை. எளிய மக்களின் வாழ்க்கையை விற்று பெட்ரோலும் தங்கமும் சொகுசு கார்களும் இறக்குமதி செய்யாமல் இருப்போம்.

இவற்றை நிறுத்தினால் எவ்வளவு பேருக்கு வேலை வாய்ப்பு போகும், எவ்வளவு சிறுகுறு தொழில்கள் பாதிக்கப்படும் என்றெல்லாம் கேள்விகள் வரலாம். 'அதற்காக இவற்றை அனுமதித்து மண்ணை நம்பி வாழும் மக்களை நசுக்கலாமா' என்கிற கேள்வியையே அவற்றுக்கு பதிலாகத் தரலாம்.

இவையெல்லாம் ஏழை எளிய மக்களின் பிரச்னைகள். இவற்றுக்காக அரசாங்கம் தேவையற்ற நுகர்வு இறக்குமதிகளை நிறுத்துவது, நிறுவனர்கள், ஊழியர்கள் மாற்றுத் தொழில்களில் காலூன்றும்வரை ஆதரவு கொடுப்பது என்று சிலவற்றை துணிந்து செய்யவேண்டும்.

பெரம்பலூர் புத்தகக் காட்சியில் பேச அழைத்திருந்தார்கள். பெரம்பலூர் போவதற்கு சென்னையிலிருந்து ரயிலில் திருச்சி போய், அங்கிருந்து காரில் போகவேண்டும். சாலை வழி காரில் சென்று கொண்டிருந்தபோது, அழைத்துப்போக வந்திருந்த ஏற்பாட்டாளரிடம் பேசிக்கொண்டிருந்தேன். பெரம்பலூர் மாவட்ட நிலவரம், அதாவது அந்த மாவட்டத்தில் பெய்யும் மழை அளவு, மக்கள் செய்யும் வேலை, வியாபாரம், தொழில் மற்றும் அவர்களது பொருளாதார நிலவரங்கள் குறித்துக் கேட்டேன்.

அடுத்து, 'இந்த மாவட்டத்தில் தொழிற்சாலைகள் ஏதும் உண்டா?' என்று கேட்டபோது, ஒரு பெரிய டயர் கம்பெனி, தொழிற்சாலை ஆரம்பித்திருப்பதாக சொன்னார். இந்தியாவில் இயங்கும் டயர் கம்பெனிகளிலேயே அது மாபெரும் நிறுவனம் ஆயிற்றே என்று நினைத்துக்கொண்டேன். பங்குச் சந்தையில் அந்த நிறுவனத்தின் பத்து ரூபாய் மதிப்புள்ள பங்குகள் 68 ஆயிரம் ரூபாய் விலை போவது நினைவுக்கு வந்தது. திருவொற்றியூர் மற்றும் அரக்கோணம் போன்ற இடங்களிலும் அந்த நிறுவனத்தின் உற்பத்திக் கூடங்கள் அமைந்து இருப்பதும் நினைவுக்கு வந்தது.

'மக்களுக்கு இது நல்ல பெரிய வேலைவாய்ப்புதானே!' என்றேன். 'இல்லை' என்றார். 'துப்புரவு வேலை, உணவகம், போக்குவரத்து, ஏற்றி இறக்குதல் போன்ற வேலைகளுக்கு மட்டுமே உள்ளூர்க் காரர்கள், விவசாயிகள் ஆகியோர் ஒப்பந்தக்காரர்கள் மூலம் போகிறார்கள்' என்றார். 'மற்ற வேலைகளுக்கு?' என்று கேட்டேன். உதட்டைப் பிதுக்கினார். பெரும்பாலும் வெளியூர்காரர்கள்தான் என்பது போலிருந்தது அவர் செய்கை.

காரில் இருந்தபடியே அந்தத் தொழிற்சாலை இருந்த பக்கம் திரும்பிப் பார்த்தேன். தொழிற்சாலை கூடாரத்துக்கு மேலே புகைபோக்கி வழியாக, கரிய புகை போய்க்கொண்டிருந்தது. சுற்றிலும் இருக்கும் மண்ணுக்குள்ளும் டயர் உற்பத்தியால் உருவாகும் கழிவுகள் போகலாம். அந்த மண் மற்றும் ஊர் மக்கள் அவற்றை ஏற்றுக்கொள்ள வேண்டும். இதுதானே இப்போதைய நிலை என்று நினைத்தபோது வருத்தமாக இருந்தது.

•

## தட்பவெப்பத் திருட்டு

உலகம் வெப்பமாகிறது என்பது பலருக்கும் தெரிந்த விஷயம். இதனால் ஏற்படும் சுற்றுப்புறச் சூழல் மற்றும் பருவநிலை மாற்றம்

போன்றவற்றால் ஏற்படும் இழப்புகள்தான் எவ்வளவு! அவற்றை எதிர்கொள்ள, அந்த பாதிப்புகளில் இருந்து மீண்டு வர எவ்வளவு மனித உழைப்பு, நேரம் மற்றும் பணம் தேவை!

ஏன் குளிர்சாதனப்பெட்டி? ஒரு கோடைக்காலத்தில் குளிரூட்டப்பட்ட அறைக்குள், இடத்தில் இருப்பது ஒரு சௌகர்யம்தான். அப்படிப்பட்ட 'ஏசி பெட்டிகள் பொருத்தப்பட்ட அறைக்கு வெளியில், அந்தப் பெட்டிகளின் இயந்திரம் வைக்கப்படும் இடத்தின் அருகில் போய் இருக்கிறீர்கள்தானே! அந்த இயந்திரத்தில் இருந்து வெளியேறும் காற்றின் சூடு, அதனால் அந்த இயந்திரம் இருக்கும் இடத்தில் நிலவும் வெப்பத்தையும் உணர்ந்திருக்கிறீர்கள் அல்லவா?

குளிர்சாதனப் பெட்டிகள் செய்வது என்ன?

வெயில் நேரத்தில், வெளியில் 39 டிகிரி செல்ஷியஸ் வெப்பம் இருக்கையில், வசதியான ஒருவர் அவரது அறையில் 24 டிகிரி செல்ஷியஸ் குளிர்ச்சியில் இருப்பதற்காக ஏ.சி மிஷின் வைத்துக் கொள்கிறார். அதன்மூலம், அறைக்குள் சுமார் 15 டிகிரி செல்ஷியஸ் வெப்பம் குறைக்கப்படுகிறது. அந்தக் குறைப்பு, அவர் அறைக்கு வெளியில் அன்றைய தின வெப்பமான 39 டிகிரியில் இருக்க வேண்டிய நபர்களின் இருப்பிட வெப்பத்தை, 40, 45 டிகிரி ஆக உயர்த்துகிறது. 'அப்படியா!' என்று ஆச்சரியப்படவேண்டாம்.

மூடப்பட்ட அறைக்குள் இருக்கும் சூடு குறைக்கப்படுவது எப்படி? அந்த அறையின் வெளிப்புறத்தில் இருக்கின்ற குளிர்ச்சியில் ஓரளவை எடுத்து, அறைக்குள் கொண்டுபோய்க்கொடுக்கிறது ஏசி மிஷின். அதனால்தான் அறைக்குள் வெப்பம் குறைகிறது. அதே சமயம், வெளியே இருந்த குளிர்ச்சியில் கொஞ்சம் எடுக்கப்பட்டுவிட்டதால் அந்த இடம் மேலும் சூடாகிறது. ஏசி இயந்திரத்தின் உதவியால் அறைக்குள் இருக்கும் வெப்பம் வெளியே தள்ளப்படுகிறது. வெப்பம் காணாமல் போவதில்லை. குளிர்ச்சியும் இடம் மாற்றப்படுகிறது. உள்ளிருந்து வெளியே. வெளியில் இருந்து உள்ளே. அவ்வளவுதான்.

இதுவும் ஒருவித அபகரித்தல்தான். 35 ஆயிரம் ரூபாய் பணம் கொடுத்து ஏசி இயந்திரம் வாங்க முடிந்தவர்கள், மாதம் 1,000 ரூபாய் மின்சார கட்டணம் கட்ட முடிந்துவிட்டால், அவர்களைச் சுற்றி இருப்பவர்களுக்கு இயற்கை தரும் தட்பவெப்பத்தை அவர்களால் பறித்துக்கொள்ளமுடியும். செய்கிறார்கள்.

'காற்றும் நீரும் வானும் நெருப்பும் பொதுவில் இருக்குது. மனிதன் காலில் பட்ட பூமி மட்டும் பிரிந்துகிடக்குது' - என்று கவிஞர்

புலமைப்பித்தன் சில ஆண்டுகளுக்கு முன் பாடினார். அப்போது பொதுவில் இருந்த பலவும், தற்போது தனியாரிடம் போய்விட்டதே. வேலி போடாமல் சுற்றுப்புறச் சுவர் கட்டாமல், பத்திரம் எழுதிக் கொள்ளாமல் பொதுவில் இருக்கும் காற்றையும் தண்ணீரையும், தட்பவெட்பநிலையையும் அபகரிக்கிறார்களே!

'உங்களால் முடிந்தால் நீங்களும் குளிர்சாதனப் பெட்டி வாங்கி வைத்துக் கொள்ளுங்கள்' என்று சொல்லவேண்டாம். ஏசி இயந்திரங்கள் வாங்குபவர்கள் செய்யும் செலவு, அந்தக் குளிர்சாதன பெட்டி தயாரிக்கும் நிறுவனமும் மின்சாரம் கொடுக்கும் நிறுவனமும் வைத்த விலை மற்றும் கட்டணங்களில்.

அவற்றை விற்பவர்கள் அந்த இயந்திரங்கள் மற்றும் மின்சாரத்துக்கு முழு விலை வைத்திருக்கிறார்களா? முழு விலை என்றால், அந்த இயந்திரங்களால் பாதிக்கப்படுவோருக்கெல்லாம் நஷ்ட ஈடு கொடுக்கப்படவேண்டும். அந்த நஷ்ட ஈட்டுத் தொகைகளும் சேர்ந்ததுதான், அவற்றின் முழு விலை மற்றும் முழுக் கட்டணம்.

அவர்கள் முழு விலை வைக்காததற்குக் காரணம், பாதிக்கப்படுகிறவர்களுக்கு கொடுக்கப்படாத நஷ்ட ஈடு. அது சாதாரண மனிதர்களிடம் இருந்து செய்யப்படும் திருட்டு. திருடியதில் கொஞ்சம் எடுத்துக் கொண்டு குறைந்த விலைக்கு விற்கிறார்கள். வாங்கிப் பயன்படுத்துபவர்களுக்கும் போகிறது அந்தத் திருட்டுப் பணத்தில் ஒரு பகுதி.

> மிக நன்றாகவே உற்பத்தி ஆனாலும், பலன்கள் சரியாக பகிர்ந்து அளிக்கப்படாமல் இருந்தால் அதை வளர்ச்சி என்று ஏற்றுக்கொள்ளமுடியாது.

# 7

## உற்பத்தியில் வெற்றி, பகிர்வில் தோல்வி

உலகம் தோன்றி பல லட்சம் ஆண்டுகள் ஆகிவிட்டன. குகைகளில் வாழ்ந்த மனிதன் இன்று வேற்று கிரகங்களுக்குக் குடிபெயர முயற்சிக்கிறான். எத்தனையோ கண்டுபிடிப்புகள் செய்து, ஆதி மனிதன் வாழ்ந்த வாழ்க்கையில் இருந்தும், பேரரசர்கள் வாழ்ந்த வாழ்க்கையில் இருந்தும், நகர்ந்து, முன்னேறி, புதிய வசதிகள், வாய்ப்புகள், அனுபவங்கள் பெறுபவனாக ஆகிவிட்டான்.

தொழிற்புரட்சி, பசுமைப்புரட்சி, வெண்மை, நீலப்புரட்சிகள் என்று பல புரட்சிகள் செய்து தனக்குத் தேவையானவற்றின் உற்பத்தியை பல நூறு மடங்கு பெருக்கிவிட்டான். ஒரு காலத்தில் இயற்கை அதுவாகக் கொடுத்ததில், அவனுக்குக் கிடைத்ததை மட்டும் பெற்று, அனுபவித்து வந்தவன், வளர்ந்து, 'இனி நானே எடுத்துக் கொள்கிறேன்' என்று பல நூறு ஆண்டுகளாகத் தொடர்ந்து கைகளால் எடுத்தால் போதாது என்று இயந்திரங்கள் வைத்து அள்ளுகிறான்.

உற்பத்திக்குக் குறைவில்லை. உணவு, வீடு, உதவிக்கு உபகரணங்கள், போக்குவரத்து, பாதுகாப்பு, ஆடை ஆபரணங்கள், பொழுதுபோக்கு, மருத்துவ வசதிகள் எனப் பலவற்றின் உற்பத்தியில் பெரும் மாற்றம், மிகப்பெரும் உயர்வு வந்துவிட்டது.

ஆனால், எல்லோரும் எல்லாமும் பெறவில்லை என்பது தவிர, கணிசமான எண்ணிக்கையிலானவர்கள் இன்னமும் வாழ அடிப்படைத் தேவைகளான, உணவு, மருத்துவ வசதி, கல்வி, சுகாதாரம், வாழ்க்கைப் பாதுகாப்பு போன்றவற்றைக்கூட பெறவில்லை என்பதும் அதே அளவு உண்மை.

உலகில் ஓராண்டு விளையும் உணவுப் பொருள்கள் மற்றும் உற்பத்தி செய்யப்படும் பிற பொருள்கள் ஆகியவற்றைக் கணக்கிட்டால் இருக்கும் மக்கள் தொகைக்கு நிச்சயம் அது போதும். ஏன், மிகுதியாகக் கூட இருக்கலாம். ஆனாலும், பசி, வறுமை, நோய்கள் அதனால் இறப்புகள் ஆகியவற்றின் அளவு மிக அதிகம்.

பிறந்தது முதல் ஒவ்வொரு தினமும் வறுமையைச் சந்தித்து, பின் முழு வாழ்க்கை வாழாமல் மடிந்து போகிறவர் எண்ணிக்கை ஏராளம்.

பிறந்த அனைவருக்கும் கிடைப்பது ஒரு வாழ்க்கை. உலகில் பிறந்த ஒரு பகுதியினர் அவர்கள் ஏதும் முயற்சிக்காமல் தேவையான அனைத்தையும் பெறுகிறார்கள். மற்றொரு பகுதியினர், முயற்சித்து தங்கள் தேவைகளை நிறைவேற்றிக் கொள்கிறார்கள். மூன்றாவது பகுதியினர் என்ன முயற்சித்தும், போராடியும் அவை கிடைக்கப் பெறாமல் நசிந்து மடிந்து காணாமல் போகிறார்கள்! பலவும் கடைசிவரை கிடைக்காமலேயே முடிந்துபோய்விடுகிறது அவர்கள் வாழ்க்கை.

உற்பத்தி செய்தவர்களில் சிலருக்கேகூட, பலவும் கிடைக்காமல் போகிறது என்பது அதைவிட ஏற்றுக்கொள்ள முடியாத அவலம்! ஆனால், இன்னமும் இந்தப் பூவுலகில் இதையெல்லாம் ஏற்றுக்கொண்டு, கிடைப்பதை மட்டும் உண்டு, அனுபவித்து காலத்தை ஓட்ட வேண்டும். அந்த வேலியைத் தாண்டி தவறியும் வசதியானவர்கள் வாழும் பகுதிக்குள் நுழைந்துவிடக் கூடாது. மீறினால் தண்டனை!

இப்படியே பல நூற்றாண்டுகளாக நடக்கிறது. அதனாலேயே இவையெல்லாம் ஏற்றுக்கொள்ளப்பட்டுவிட்டது போலவும், இவற்றையெல்லாம் இனி மாற்றுவது சாத்தியமில்லை என்பது போன்ற தோற்றங்கள் உருவாக்கப்பட்டிருக்கின்றன. கூடுதலாகத் திமிறிவிட்டால், கட்டுப்படுத்த போலீஸ். அத்துமீறினால், ராணுவம்கூட வரவழைக்கப்படும்.

இதேபோல நடப்பதை முன்னேற்றம் என்கிறார்கள். வளர்ச்சி என்கிறார்கள். அதற்குச் சான்றாக எத்தனையோ எண்களைக் காட்டுகிறார்கள். பல ஆண்டுகளாக கணிசமான பொருளாதார

வளர்ச்சி வந்திருக்கிறது. அதே சமயம், பல கோடி குடும்பங்கள் தொடர்ந்து தற்போதும் வறுமைக் கோட்டிற்கு கீழேயே இருக்கின்றன.

இந்த நிலைமை எதைச் சுட்டிக் காட்டுகிறது? உற்பத்தியில் வெற்றி பகிர்வில் பெரும் தோல்வி என்பதைத்தானே!

வறுமைக்கோட்டிற்குக் கீழ் இருப்பவர்கள் மட்டும் வறுமையில் வாழ்வதாகச் சொல்வதே சரியில்லை. காரணம், இவ்வளவு இருந்தால் வாழப் போதுமா?

ஒரே பூமியில், ஒரே காலகட்டத்தில், ஒரே மனிதப் பிறவிகளில் சிலர் வாழும் வாழ்க்கை எவ்வளவு சிரமமானது! பற்றாக்குறையானது! ஒரு மனிதன் மற்றும் அவன் குடும்பத்துக்கு இதுபோதும் என்பது போலல்லவா முடிவு செய்திருக்கிறோம்!

கோடிக்கணக்கானவர்கள் அடிப்படை வசதிகள், தேவைப்படும் உணவு போன்றவைகூட கிடைக்காமல் அல்லல்படும்போது சிலரிடம் மட்டும் எப்படி இவ்வளவு பணம் சேர்ந்திருக்கிறது? இப்படிப்பட்ட முற்றிலும் வேறான இரு வேறு நிலைமைகளில் பலவும் சட்டத்துக்கும் வழிமுறைகளுக்கும் உட்பட்டேதான் நடக்கின்றன. ஆம், இன்றைக்கு இருக்கிற சட்டங்கள் தடுக்காதவை மற்றும் ஏதுவாக்கியவைதான் இவை எல்லாம்.

உலகத்தில் தற்போது (2020-ல்)வாழும் மனிதர்களின் எண்ணிக்கை 782 கோடி. ஐக்கிய நாடுகள் சபையில் உறுப்பினர்களாக இருக்கும் நாடுகள் 196. பிறந்த எவரும் உலகில் இருக்கும், கிடைக்கும் வளங்களைப் பயன்படுத்தி வாழவேண்டும். எல்லோரும் அவரவர் வாழ்க்கையை வாழ்ந்து முடிக்கவேண்டும். அதற்கு பணம் வேண்டும் என்றாக்கி பல நூறு ஆண்டுகள் ஓடிவிட்டது. அந்தப் பணம், சொத்துக்களாக பரம்பரை உரிமைகளாக மாற்றப்பட்டுவிட்டன. சம்பாதிக்கவும் சேர்க்கவும் விரும்பியவிதம் செலவழிக்கவும் சட்டங்கள் உருவாக்கப்பட்டு இருக்கின்றன.

'இதுதான் அற்புதம். பாருங்கள் தொடர்ந்து ஏழைகள் ஏற்றம் பெறுகிறார்கள். வறுமையில் இருந்து படிப்படியாக மீட்கப்படுகிறார்கள்' என்கின்றன அரசாங்கங்கள். அது என்ன வேகத்தில் நடக்கிறது? நீண்ட வரிசை அல்லவா அது? பலருடைய வாழ்நாள் முழுவதுமே அந்தக் காத்திருப்பில் முடிந்துவிடுகிறதே! அவர்கள் முறை வருகிற பொழுது அவர்களுக்கு கிடைப்பது என்ன, எவ்வளவு?

உலகில் கிடைக்கும் வளங்களை சிலர் அவர்களது தனியுடைமை ஆக்கிக்கொண்டு, தங்கள் செல்வத்தை தொடர்ந்து பெருக்கிக்

கொண்டே போகிறார்கள்! மொத்த மக்கள் தொகையில் வெறும் ஒரு சதவிகிதம் மட்டுமே இருக்கும் மனிதர்கள் ஒதுக்கிக்கொண்டிருக்கும் செல்வம் எவ்வளவு தெரியுமா? முதல் 10 சதவிகித இடத்தில் இருப்போர் ஒதுக்கிக்கொண்டிருப்பனவற்றின் அளவு எவ்வளவு என்று நினைக்கிறீர்கள்?

கண்டுபிடிப்புகள், அறிவியல் தொழில்நுட்பம், உற்பத்தித்திறன், உழைப்பு ஆகியவற்றால் கிடைத்திருக்கும் பலன்களில் எவ்வளவு சதவிகிதம் ஒரு சிலருக்கு மட்டுமே போகிறது? எல்லோரும் அவரவர் அளவில் வளர்ச்சியடைந்திருக்கிறார்களா? ஒப்பீட்டு அளவில் சமமான வளர்ச்சி கிடைத்திருக்கிறதா? நாட்டின் பொருளாதாரம் வளர்ந்திருக்கும் அளவு எல்லோரும் வளர்ச்சி பெற்றிருக்கிறார்களா? (Absolute growth, Commensurate growth, Proportionate growth, Fair growth) போன்றவை இப்போது உலகில் இருக்கின்றனவா? பேலன்ஸ்டு ரீஜனல் குரோத்போல, எல்லா மக்களும் சம அளவு வளர்ச்சி பெறுகிறார்களா என்று பார்க்கக்கூடிய பேலன்ஸ்டு பீப்பிள் குரோத் (Balanced People Growth) வந்திருக்கிறதா?

### லிமிடெட் லயபிலிட்டி (Limited Liability)

தனிநபர் தொழில் வியாபாரம் செய்து அதில் லாபமடைந்தால் , லாபம் முழுக்க அவருக்கு. நட்டப்பட்டாலும் முழுவதும் அவர் பொறுப்புதான். அவர் வாங்கிய கடன்களை அவர் திருப்பிக் கொடுத்தாகவேண்டும். அவரது வியாபாரம் அல்லாத சொத்துக்களையும் அவர் வாங்கிய வியாபாரக் கடன்கள் பாதிக்கும்.

எவரேனும் பிரைவேட் அல்லது பப்ளிக் லிமிடெட் நிறுவனம் என்ற வகையில் தொழில் வியாபாரம் செய்தால், அதில் வரும் லாபத்தை வியாபாரத்திற்குக் கடன் கொடுத்தவர்களுடன் பகிர்ந்துகொள்ளத் தேவையில்லை. வட்டி மட்டும் கொடுத்தால் போதும். நட்டம் வந்தாலும் வட்டி கொடுக்கவேண்டும். தவிர, வாங்கிய கடனைத் திரும்பக் கொடுக்கவேண்டும். அப்படிக் கொடுக்க நிறுவனத்தின் சொத்துக் களையும் விற்கவேண்டிவரலாம். ஆனால், நிறுவனத்தின், அந்தக் குறிப்பிட்ட நிறுவனத்தின் சொத்துக்களை மட்டும் விற்றால் போதும். அது கடனைத் திருப்பிக் கொடுக்கப் போதாவிட்டாலும், நிறுவன முதலாளியின் தனிப்பட்ட சொத்துகளைத் தொடவேண்டியதில்லை. அவர் வேறு அவர் நிறுவனம் வேறு என்பது லிமிடெட் நிறுவனங்களுக்கு மட்டும் பொருந்தும். இதைத்தான் லிமிடெட் லயபிளிட்டி என்கிறார்கள்.

குறிப்பிட்ட அளவில் இருக்கும் வளங்களை எடுத்து, இருக்கும் மனிதர்களின் ஆற்றல்களைப் பயன்படுத்தி, செய்திருப்பவை எல்லாம் தேவையானவைதானா? பலருக்கும் அடிப்படைத் தேவைகள் கிடைக்காத நிலையில் வளங்களையும் ஆற்றலையும் இப்படிப்பட்ட வகைகளில் செலவழிப்பது சரியா?

இதில் வினோதம் என்னவென்றால், இவை எல்லாம் அனுமதிக்கப்பட்டு இருக்கின்றன! இவற்றில் பலவும் சட்டப்படி தவறு அல்ல. இவற்றைத் தடுப்பதுதான் குற்றம். அதற்கு தண்டனை. இவையெல்லாம் முன்னேறிய மனித இனம் செய்திருப்பவை.

மனித இனம் முன்னேறியிருக்கிறது, நாடுகள் பலவும் பொருளாதார வளர்ச்சிகண்டிருக்கிறது என்று சொல்வதெல்லாம் சரி. கேள்வி, எல்லா மனிதர்களும் முன்னேறியிருக்கிறார்களா? பொருளாதார வளர்ச்சி கண்டிருக்கிறார்களா? செய்யப்பட்டிருப்பதெல்லாம் யாருக்கான வளர்ச்சி? இந்த அளவீடுகள் அளப்பது சரியானவற்றைத் தானா? தற்போது பொருளாதார வளர்ச்சியை அளக்கும்முறை சரியானதுதானா?

சில நிறுவனங்கள் வளர்ந்திருக்கின்றன. அவற்றின் தொடர் வளர்ச்சியால், அவை மிகப் பெரும் நிறுவனங்கள் ஆகிவிட்டன. அவற்றின் ஆண்டு வியாபாரம் பல லட்சம் கோடி ரூபாய்கள். உலக அளவில் முதல் பத்து இடங்களில் இருக்கும் நிறுவனங்களின் சொத்து மதிப்பு, ஆண்டு வியாபாரம் எல்லாம் நூற்றுக்கும் மேற்பட்ட நாடுகளின் தனிப்பட்ட ஆண்டு வரவு செலவு தொகைகளைக் காட்டிலும் அதிகம்.

சில நிறுவனங்கள் மிகப் பெரியதாக வளர்வதால் எத்தனை சிறு நிறுவனங்கள் நசுக்கப்படுகின்றன? எத்தனை பேர் உழைப்பு கெடுகிறது! இவர்களின் வியாபாரம் மூலம் பொதுமக்களுக்கு, சிறு வியாபாரிகளுக்கு இவர்களுக்கு பொருள்கள் விற்கும் 'வெண்டார்'களுக்கு நேர்வதென்ன?

தங்கள் வியாபாரங்களைப் பெருக்கிக்கொள்ள இவர்கள் செய்யும் வழிமுறைகளால் எத்தனை சிறு குறு வியாபாரிகள், வாடகை வாகன ஓட்டிகள், உணவு விடுதிக்காரர்கள், துணிக்கடைக்காரர்கள், விவசாயிகள் பாதிக்கப்பட்டு, அவர்கள் பல ஆண்டுகளாக செய்து வந்த, அவர்கள் வாழ்வாதாரத்திற்கு நம்பி இருக்கும் சொந்த சுய தொழில்களைவிட்டு வெளியேற வேண்டிய நிலைமை ஏற்படுகிறது? அவர்கள் ஏன் அவர்கள் விருப்பமின்றியே தொடர்பில்லாத வேறு சம்பள வேலைகளுக்கு போகவேண்டும்?

### உலக அளவில் மிக அதிக வர்த்தகம் செய்யும் நிறுவனங்கள்

| Company | Country | Revenues (Converted to Rupess @ $75) |
|---|---|---|
| 1. Walmart | U.S. | 38,58,038 Crores |
| 2. Sinopec Group | China | 31,09,868 Crores |
| 3. Royal Dutch Shell | Netherlands | 29,74,170 Crores |
| 4. China National Petroleum | China | 29,47,320 Crores |
| 5. State Grid | China | 29,02,920 Crores |
| 6. Saudi Aramco | Saudi Arabia | 26,69,288 Crores |
| 7. BP | United Kingdom | 22,78,035 Crores |
| 8. Exxon Mobil | U.S. | 21,76,590 Crores |
| 9. Volkswagen | Germany | 20,87,565 Crores |
| 10. Toyota Motor | Japan | 20,41,215 Crores |

இந்த நிறுவனங்கள் பெரும் லாபம் செய்ய முயற்சிக்கின்றன. இப்படிச் செய்வதில் பொதுத்துறை வங்கிகளும், ரயில்வே போன்ற அரசு நிறுவனங்களும் விதிவிலக்கல்ல!

நிறுவனங்களின் லாபம் தொடர்ந்து அதிகரிக்க வேண்டுமென்றால், அவற்றின் செலவுகள் குறைக்கப்பட வேண்டும்; உற்பத்தித் திறன் அதிகரிக்கவேண்டும். அவற்றையெல்லாம் நுணுகி நுணுகிச் செய்து, ஒரு கட்டத்தில் இதற்குமேல் இயலாது என ஒரு நிலை (ஆப்டிமம் லெவல்) வந்துவிட்டால், அதன் பின் எப்படி விலையைக் குறைத்து, லாபத்தை அதிகரிக்க முடியும்? அந்த நிலையிலும் லாபம் வரவேண்டும் என்றால், அந்தப் பணத்தைப் பொருள் அல்லது சேவையின் தரத்தைக் குறைத்து, வாடிக்கை யாளரிடம் இருந்து பறிக்கவேண்டும். அல்லது ஊழியர்களுக்கு ஆகும் செலவைக் குறைக்கவேண்டும். அல்லது கட்டவேண்டிய வரிகளைக் கட்டாமல் அரசை ஏமாற்றவேண்டும். வேறு எப்படி லாபத்தை அதிகரிப்பது?

காலாண்டுக்கு காலாண்டு என்ற பொருள்பட, Quarter on Quarter - Q on Q என விரட்டி விரட்டி, அதே நிறுவனத்தின் மீது உரிமையுள்ள ஏனைய பாத்தியதைகாரர்களை (ஸ்டேக் ஹோல்டர்ஸ்) பாதித்து, லாபம் அதிகரிக்க முயற்சிக்கிறார்கள்.

இப்படியெல்லாம் செய்து சிலர் பெரும் பணம் சேர்கிறார்கள். அந்தச் செல்வங்களுக்கு அவர்களே சொந்தக்காரர்கள். அவர்கள் அதை வைத்து எதுவும் செய்யலாம். சிலர் ஓரளவு தர்மம் செய்கிறார்கள்தான். மிகச் சிலர். ஓரளவு மட்டும். அதுவும் அவர்கள் விருப்பப்படி.

செல்வந்தர்களிடம் இருக்கும் பணம் அதிகரிப்பது தவிர, போகப் போக, அதிக செல்வம் வைத்திருக்கும் 'டாலர் பில்லியனர்'கள், எண்ணிக்கையும் அதிகரிக்கும் என்று கணிக்கிறது, கிரெடிட் ஸ்வீஸ் (Credit Suisse) என்கிற நிறுவனம்.

# 8

## செழிக்கும் செல்வந்தர்கள் – பெருகும் வறியவர்கள்

உலக அளவில் பொருளாதார வளர்ச்சியால் உருவாகும் செல்வம் யாரிடம் போகிறது எவ்வளவு இருக்கிறது என்று தெரிந்துகொள்வது, உலகம் எந்த போக்கில் போகிறது என்பதைப் புரிந்துகொள்ள உதவியாக இருக்கும். 1980க்குப் பிறகு, 'இன்கம் இன் ஈக்குவாலிட்டி' எனப்படும், மக்களுக்கு இடையேயான 'வருமான வேறுபாடு' அதிகரித்துக்கொண்டே போகிறது என்று எடுத்துக்காட்டுகிறது 21.12.2017- பிசினெஸ் ஸ்டாண்டர்டு பத்திரிகையில் வந்திருக்கும்ஒரு புள்ளிவிவரம்.

1980ம் ஆண்டுவாக்கில் உலகில் இருந்த மக்கள் தொகையில் 'டாப் 1%' - மேல் தட்டு மக்கள், உலகின் மொத்த வருமானத்தில் 16% பெற்றார்கள். அதுவே 2017ம் ஆண்டில் டாப் 1% மக்கள் (விவரம் பெட்டிச் செய்தியில்) மொத்த வருமானத்தில் 20% எடுத்துக் கொள்கிறார்கள். ஏனைய 99% மக்களுக்கு எஞ்சியது, 80% தான்.

1980ம் ஆண்டு முதல் பார்த்தால், இந்தியாவில் தொடர்ந்து டாப் 1% மக்களின் வருமான சதவிகிதமும் உயர்ந்துகொண்டே இருக்கிறது, 'பாட்டம் 50%' - அடித்தட்டு மக்களின் வருமான அளவு தொடர்ந்து 10%க்கும் கீழேயே தேங்கி நிற்கிறது.

## டாப் 1% என்றால்

நாட்டில் இருக்கும் மொத்த நபர்களையும் அவர்களது வருமானம் வாரியாகப் பிரிப்பது. உதாரணத்திற்கு 1000 ரூபாய்க்கு கீழ் வருமானம் பெறுபவர்கள், 1001 முதல் 2000வரை. அடுத்து 2001 முதல் 3000 வரை. இப்படியே பல கோடிகள்வரை வருமானம் பெறுகிறவர்களைப் பிரிப்பது. பின்பு ஒவ்வொரு பிரிவிலும் எவ்வளவு நபர்கள் இருக்கிறார்கள் என்று கணக்கிடுவது. அதன் பின் இருக்கும் மக்களில் மிக அதிகமாக வருமானம் பெறும் ஒரு சதவிகிதத்தினரை மட்டும் தனியே பிரித்து, அவர்கள் மட்டும் பெறும் மொத்த வருமானத் தொகையைக் கணக்கிடுவது.

உதாரணத்திற்கு மொத்தம் 25 கோடி பேர் வருமானம் பெறுகிறார்கள் என்றால், அதில் 10 சதவிகிதம் என்பது 2.5 கோடி. 1 சதவிகிதம் 25 லட்சம்.

மிக அதிகமான வருமானம் பெறும் முதல் 25 லட்சம் பேரின் மொத்த வருமானம் எவ்வளவு மற்றும் அந்தத் தொகை, 25 கோடி நபர்களும் பெறும் வருமானத்தில் எத்தனை சதவிகிதம் என்று பார்ப்பது.

25 கோடி பேரும் சேர்ந்து 1000 கோடி சம்பாதிக்கிறார்கள். அதில் முதல் 25 லட்சம் பேர் மட்டும் 500 கோடி சம்பாதிக்கிறார்கள் என்றால், டாப் 1% மக்கள் (100 கோடியில் 500 கோடி என்பது) 50% வருமானம் பெறுகிறார்கள் என்று அர்த்தம்.

டாப் 10% என்றால் 25 கோடியில் 10% என்பது இரண்டரைக் கோடி பேர். அந்த இரண்டரைக் கோடி நபர்களின் வருமானம், மொத்த வருமானத் தொகையில் எவ்வளவு என்று பார்ப்பது.

பாட்டம் 50% என்றால், 25 கோடி நபர்களில் மிக குறைவாக சம்பாதிக்கும் கடைசி 12.5 கோடி பேர். அவர்களின் சம்பாத்தியம் எவ்வளவு, அது மொத்த சம்பாத்தியத்தில் என்ன சதவிகிதம் என்று பார்ப்பது.

★★★

## மில்லியன் பில்லியன் டிரில்லியன் என்றால்...

| தொகை | இந்திய முறையில் | அமெரிக்க முறையில் |
|---|---|---|
| 1000 | ஆயிரம் | ஆயிரம் |
| 10000 | பத்தாயிரம் | பத்தாயிரம் |
| 100000 | ஒரு லட்சம் | நூறு ஆயிரம் |
| 1000000 | பத்து லட்சம் | ஒரு மில்லியன் |
| 10000000 | ஒரு கோடி | பத்து மில்லியன் |
| 100000000 | பத்து கோடி | நூறு மில்லியன் |
| 1000000000 | நூறு கோடி | ஒரு பில்லியன் |
| 10000000000 | ஆயிரம் கோடி | பத்து பில்லியன் |
| 100000000000 | பத்தாயிரம் கோடி | நூறு பில்லியன் |
| 1000000000000 | ஒரு லட்சம் கோடி | ஒரு ட்ரில்லியன் |

இவையெல்லாம் உலகில் இருக்கும் எல்லா நாடுகளையும் சேர்த்துப் பார்த்தால் கிடைக்கும் சராசரி. இந்த வேறுபாடுகள் அதீதமாக இருக்கும் நாடுகள் எவை என்று தெரிந்துகொள்ள 'வேர்ல்ட் இன் ஈக்வாலிடி ரிப்போர்ட் 2018', (World Inequality Report) தெரிவிக்கும் தகவல்கள் உதவியாக இருக்கும்.

2016ம் ஆண்டில் இந்தியா, பிரேசில், தென் ஆப்பிரிக்கா ஆகிய மூன்று நாடுகளில் இருக்கும் 10% மேல்தட்டு மக்கள், சராசரியாக அந்தந்த தேசங்களின் 55% வருமானத்தை எடுத்துக்கொண்டிருக்கிறார்கள்.

முன்னேறிய நாடுகளிலும் இந்த விகிதாசாரத்தில் பெரிதாக வேறுபாடு இல்லை. அமெரிக்கா மற்றும் கனடாவில், 'டாப் 10' சதவிகித மக்கள், தேசத்தின் மொத்த வருமானத்தில் 40 சதவிகிதத்தை எடுத்துச் செல்கிறார்கள். மீதமிருக்கும் 90% மக்கள் 60% வருமானம் மட்டுமே பெற்றிருக்கிறார்கள்.

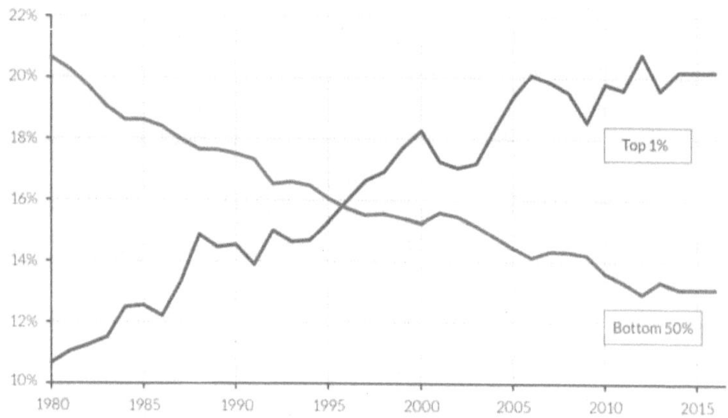


**தேசங்களின் மொத்த வருமானத்தில் மிக அதிகம் பெறும் முதல் 1 சதவிகிதத்தினரும் (டாப் 1%) மிகக் குறைவாகப் பெறும் 'பாட்டம் 50' சதவிகிதத்தினரும் 1980 முதல் 2015 வரை பெற்ற அளவு**

குறிப்பாக இந்தியாவில் எப்படி என்பது குறித்துத் தெரிந்துகொள்ள விவரம் தேடினால் கிடைப்பதும் கவலைக்குரியதாகவே இருக்கிறது. 1983ம் ஆண்டு வாக்கில், இந்தியாவின் டாப் 1% மக்கள், இந்திய தேசிய வருமானத்தின் 6 சதவிகிதத்தைப் பெற்றார்கள். டாப் 10% மக்கள் 30

சதவிகித வருமானம் பெற்றார்கள். பாட்டம் 50% மக்கள், மொத்த வருமானத்தில் 24 சதவிகிதத்தை மட்டுமே பெற்றார்கள். இப்போது இந்த இடைவெளி மேலும் அதிகரித்திருக்கிறது.

டாப் 1% மக்களின் பங்கு, தேசத்தின் மொத்த வருமானத்தில் அதிகரித்துக்கொண்டே போகிறது. மாறாக பாட்டம் 50% மக்கள் பங்கு தொடர்ந்து குறைந்துகொண்டே போகிறது. இந்தியாவில் மட்டுமில்லை. உலகம் முழுக்கவே இதுதான் நடக்கிறது.

இந்தியாவில் 1990களில் அறிமுகம் செய்யப்பட்ட தாராளமயமாக்கல், நடுத்தர வர்க்கத்தினரின் செல்வத்தை அதிகரித்திருக்கிறது. பல புதிய பணக்காரர்கள் உருவாகியிருக்கிறார்கள். டாப் 10% மக்கள் வருமானப் பங்கு, தேசிய வருமானத்தில் 1990களுக்குப் பின் குறைந்து, மத்தியதர 40% மக்களின் பங்கு வெகுவாக அதிகரித்திருக்கிறது.

•

2016-17ல் உலக அளவில் செல்வம் பெருகுகிறது. எல்லா நாடுகளின் பொருளாதார வளர்ச்சியை சேர்த்துப் பார்த்தால், 2016-17ல் ஜிடிபி 6.4% அதிகரித்திருக்கிறது. இந்த 6.4 என்பது சராசரிதான். இதைவிட அதிகம் உள்ள இந்த நாடுகளும், குறைவாக வளர்ந்த நாடுகளும் உண்டு.

ப்ளூம்பெர்க் கணக்குப்படி, 2012ஆம் ஆண்டு மட்டும் இந்திய பில்லியனர்கள் (பெரும் பணக்காரர்கள்), 241 பில்லியன் டாலர்கள் செல்வம் சேர்த்தார்கள். 'வெல்த் எக்ஸ்' (Wealth X) அறிக்கையின்படி 2015-16களில் இந்தியாவில் இருக்கும் பில்லியனர்களின் எண்ணிக்கை 9.4%அதிகரித்து 2 லட்சத்து 89 ஆயிரத்து 140ஆக உயர்ந்தது.

2017ம் ஆண்டு, உலக பில்லியனர்களுக்குக் கொட்டிக் கொடுத்த ஆண்டு. அந்த ஓர் ஆண்டில் மட்டும் இந்தியாவின் தொழிலதிபரான அதானியின் செல்வம், 1.2 மடங்கு அதிகரித்திருக்கிறது. இந்தத் தகவலைச் சொல்வது புளூம்பர்க் பில்லியனர்ஸ் இன்டெக்ஸ். 2017ம் ஆண்டு டிசம்பர் 28 வரையிலான பங்குகளின் விலை நிலவரத்தை வைத்துக் கணக்கிட்டிருக்கிறார்கள்.

ப்ளூம்பெர்க் கணக்குப்படி 2019-20ல் பொருளாதார வளர்ச்சியை சேர்த்துப் பார்த்தால் ஜிடிபி 4.59% அதிகரித்திருக்கிறது. 2020ம் ஆண்டு மட்டும் இந்தியாவில் இருக்கும் முதல் பத்து பெரிய செல்வந்தர்களின் சொத்து மதிப்பு எவ்வளவு சதவிகிதம் அதிகரித்து, என்ன அளவில் இருந்தது என்கிற தகவல்களும் பொது வெளியில் கிடைக்கின்றன.

மார்ச் 2020ல் இந்தியாவின் டாப் 10 பணக்காரர்கள்

| பெயர் | நிகர மதிப்பு (யு எஸ் டாலர்)* |
|---|---|
| 1. முகேஷ் அம்பானி | 67 பில்லியன் |
| 2. எஸ்.பி. ஹிந்துஜா குடும்பம் | 27 பில்லியன் |
| 3. கவுதம் அதானி | 17 பில்லியன் |
| 4. ஷிவ் நாடார் மற்றும் குடும்பம் | 17 பில்லியன் |
| 5. லக்ஷ்மி மிட்டல் | 15 பில்லியன் |
| 6. உதய் கோட்டக் | 15 பில்லியன் |
| 7. அசிம் பிரேம்ஜி | 14 பில்லியன் |
| 8. சைரஸ் பூனாவாலா | 12 பில்லியன் |
| 9. சைரஸ் போலான்ஜி மிஸ்ட்ரி | 11 பில்லியன் |
| 10. ஷபூர் போலான்ஜி மிஸ்ட்ரி | 11 பில்லியன் |

தகவல்: புளூம்பெர்க் - ஜூலை 2020

* ஒரு பில்லியன் டாலர் என்பது சுமாராக 7500 கோடி ரூபாய்

•

கிரெடிட் ஸ்வீஸ் (Credit Suisse) என்ற நிறுவனத்தின் 2019ம் ஆண்டு கணக்குப்படி,

- உலகில் உள்ள மொத்த மக்கள் தொகையில் வெறும் 4.68 கோடி நபர்களிடம் உலகின் 44% செல்வம் குவிந்து இருக்கிறது. இதன் மதிப்பு 158.3 டிரில்லியன் அமெரிக்க டாலர்கள். உலகின் 70% மக்கள் வெறும் 2.7 சதவிகித செல்வத்தையே வைத்திருந்திருக்கிறார்கள்.
- உலகளவில் 100 மில்லியன் சீனர்கள் முதல் 10% இடத்தைப் பிடித்துள்ளனர்.
- 55,920 மக்கள் குறைந்தது 100 மில்லியன் டாலர் (7000 முதல் 7500 கோடி ரூபாய் வரையிலான சொத்துகள் வைத்திருப்பவர்கள்) என்று அந்த அறிக்கை மதிப்பிடுகிறது. மேலும் 4,830 நபர்கள் 500 மில்லியன் டாலருக்கும் (28000 முதல் 35,000 கோடி ரூபாய்) அதிகமாக நிகர சொத்துக்கள் வைத்திருக்கிறார்கள் எனவும் இந்த அறிக்கை கூறுகிறது.
- செல்வத்தின் வளர்ச்சி கடந்த ஆண்டு 2.6% அதிகரித்துள்ளது. அடுத்த ஐந்து ஆண்டுகளில் 27% அதிகரித்து 2024 ஆம் ஆண்டில் 459 டிரில்லியன் டாலராக உயரும் என்று அது கணித்துள்ளது.

- இந்த காலகட்டத்தில் மில்லியனர்களின் எண்ணிக்கையும் கிட்டத்தட்ட 6.3 கோடியாக உயரும்.

உலகில் இருக்கும் மொத்த செல்வம் எனும் போது மற்றொன்றையும் கவனத்தில் கொள்ளவேண்டும். உலகில் இருக்கும் 196 நாடுகளிலும் சேர்த்து மொத்த செல்வத்தில் பெரும்பகுதி அமெரிக்காவில் (USA) உள்ளது. அதனிடம் இருக்கும் செல்வம் மட்டும், 1,05,990 பில்லியன் டாலர்கள்.

இந்த அறிக்கையின் தகவல்படி 2019ல், இந்தியாவில் 12,614 பில்லியன் டாலர்கள் அளவு செல்வம் இருந்தது. இது உலக செல்வத்தின் பங்கில் 3.5% ஆகும்.

இந்தியாவில் பெரும்பாலான செல்வம், 'ரியல் எஸ்டேட்' ஆக இருந்திருக்கிறது. செல்வந்தர்களிடம் இருக்கும் பணம் அதிகரிப்பது தவிர, போகப் போக, அதிக செல்வம் வைத்திருக்கும் 'டாலர் பில்லியனர்கள், மில்லியனர்கள்' எண்ணிக்கையும் அதிகரிக்கும் என்று கணிக்கிறது, கிரெடிட் ஸ்வீஸ் என்கிற நிறுவனம்.

**மார்ச் 2020ல் உலகத்தின் டாப் 10 பணக்காரர்கள்**

| பெயர் | வயது | நாடு | நிகர மதிப்பு (யு எஸ் டாலர்) |
|---|---|---|---|
| 1. ஜெஃப் பெசாஸ் | 56 | அமெரிக்கா | 113 பில்லியன் |
| 2. பில் கேட்ஸ் | 64 | அமெரிக்கா | 98 பில்லியன் |
| 3. பெர்னார்ட் ஆர்னால்ட் | 71 | பிரான்ஸ் | 76 பில்லியன் |
| 4. வாரன் பஃபெட் | 89 | அமெரிக்கா | 67.5 பில்லியன் |
| 5. லாரி எலிசன் | 75 | அமெரிக்கா | 59 பில்லியன் |
| 6. அமான்சியோ ஆர்டகா | 83 | ஸ்பெயின் | 55.1 பில்லியன் |
| 7. மார்க் ஜக்கர்பெர்ஃக் | 35 | அமெரிக்கா | 54.7 பில்லியன் |
| 8. ஜிம் வால்ட்டன் | 71 | அமெரிக்கா | 54.6 பில்லியன் |
| 9. அலிஸ் வால்ட்டன் | 70 | அமெரிக்கா | 54.4 பில்லியன் |
| 10. ராப் வால்ட்டன் | 70 | அமெரிக்கா | 54.1 பில்லியன் |

தகவல்: போர்ப்ஸ் (Forbes)

ஒரு பில்லியன் டாலர் என்பது சுமாராக 7500 கோடி ரூபாய்

## சில கோடீஸ்வரர்கள், கோடிக்கணக்கில் ஏழைகள்

பலரும் வளர்ச்சி வேண்டும் என்கிறார்கள். அவர்கள் எதிர்பார்ப்பது ஆண்டுக்கு ஆண்டு 10, 15, 20 சதவிகித வளர்ச்சி. வளர்ச்சி காரணமாக அவர்கள் வாங்கும் சக்தி அதிகரிக்கிறது. அவர்கள் தேவைகளை ஈடு செய்ய புதிய பொருள்கள் சேவைகள் வருகின்றன. வியாபாரங்கள் வருகின்றன. அவர்களால் விலைவாசி உயர்கிறது. அதே சமயம் அப்படிப்பட்ட வாய்ப்பில்லாதவர்கள் அதே உலகில் ஏதும் செய்ய முடியாமல் தடுமாறிப்போய்விடுகிறார்கள்.

அமேசான், பிளிப் கார்ட், ஆப்பிள் போன்ற சில நிறுவனங்கள் மிக பெரிய அளவில் வளர்ந்து வருகின்றன. அவர்களிடம் கிடைக்காத பொருள்களே இல்லை எனும் அளவு வளர்ந்துகொண்டிருக்கின்றன அப்படிப்பட்ட நிறுவனங்கள். அந்த நிறுவனங்கள் நஷ்டம் செய்தும் அந்த நிறுவனங்களில் பலரும் முதலீடு செய்வதற்கான காரணம், பின்னால் அவை வளர்ந்து பெரும் லாபம் சம்பாதிக்கும் என்கிற எதிர்பார்ப்பு. பல ஆண்டுகளக பெரும் நட்டத்தை சந்தித்துப் பின்பு, போட்டியாளர்கள் இல்லாத நிலையில் பெரும் விலை வைத்து லாபம் சம்பாதிக்கும் திட்டம்.

பொது நன்மைக்காக கீழ் கண்டவற்றுக்கு அளவுகள் நிர்ணயிக்கப்பட வேண்டும் என்று தோன்றுகிறது. இப்படிப்பட்ட நிறுவனங்களின் கட்டுப்பாடற்ற வளர்ச்சி (*Unchecked growth*) நிறுத்தப்படாவிட்டால், சாதாரண மக்களும் சிறு வியாபாரிகளும், விவசாயிகளும் நெருக்கடிக்கு உள்ளாகலாம். அதனால்,

- எந்தப் பொருளோ, சேவையோ அவற்றில் எதிலும் ‘குறைந்த பட்ச மக்கள் செலவு’ - Minimum People Cost இருக்கவேண்டும் என்றும்,
- ஒரு நிறுவனம் எவ்வளவு வரை சம்பாதிக்கலாம் என்கிற வரையறைகளும் (Limit to Profit),
- ஒரு நிறுவனம் என்ன அளவுவரை வளரலாம் என்கிற வரையறைகளும் (Limit to size) உருவாக்கப்பட்டால் ஒரு சில பெருமுதலாளிகள், பெரு நிறுவனங்கள் மீதமிருக்கும் அத்தனை மக்களையும் சிரமத்திற்கு உள்ளாக்குவதைத் தவிர்க்கமுடியும்.

வாழ்க்கையின் நோக்கம், பயன் மற்றவரை துன்பத்திற்கு உள்ளாக்காத மகிழ்ச்சியாக இருக்கவேண்டும். வளர்ச்சியும் அப்படித்தான் இருக்க வேண்டும். இது எல்லோருக்குமான உலகம்! எல்லோரும் ஏதாவது செய்யவேண்டும். எல்லோரும் எதையாவது பயன்படுத்தவேண்டும் (Give and Take). அதுதான் பரஸ்பர நன்மை. அதுதான் நீண்டகாலம்

தொடரக்கூடிய வழி, நிலைக்கக்கூடிய அமைப்பு. எல்லோருக்கும் வாய்ப்பு கொடுக்கும் முறை. இல்லாவிட்டால் உலகில் சில சக்ரவர்த்திகளும் பல கோடி அடிமைகளும் என்கிற நிலை உருவாகிவிடும்.

### சில பணக்காரர்கள் கொடுக்கிறார்கள்

பணக்காரர்களில் நல்ல மனது படைத்தவர்களும் இருக்கிறார்கள்தான் மறுக்க முடியாது. உதாரணத்திற்கு, வாரன் பஃபெட். 2008ம் ஆண்டு அமெரிக்காவிலும் பொருளாதார வீழ்ச்சி ஏற்பட்டபோது, அவர் அமெரிக்க அதிபர் ஒபாமாவுக்கு கடிதம் எழுதி, அதில், வரி சட்ட திட்டங்களில் இருக்கும் ஓட்டைகளைப் பயன்படுத்தி நிறுவனங்கள் கட்டவேண்டிய அளவு வரி கட்டுவதில்லை. அதனால் நிலைமையைச் சமாளிக்க நீங்கள் பணக்காரர்கள்மீது கூடுதல் வரி போடுங்கள் என்று கேட்டுக்கொண்டார். அதன்பின் ஒபாமா 'பஃபெட் டாக்ஸ்' என்ற பெயரில் ஆண்டுக்கு ஒரு மில்லியன் டாலருக்கு மேல் வருமானம் இருப்பவர்களிடம் இருந்து ஒரு புதிய, 'மினிமம் ஆல்டர்நேட் டாக்ஸ்' பிடிக்க உத்தேசித்தார்.

**2019ம் ஆண்டு இந்திய தொழிலதிபர்கள் அவர்கள் நிறுவனங்களில்* இருந்து சமுதாயத்திற்காக செலவு செய்திருக்கும் தொகைகள்.**

| பெயர் | ரூபாய்- கோடிகளில் | வழங்கிய துறை |
|---|---|---|
| 1. சிவ் நாடார் | 826 | கல்வி |
| 2. அசிம் பிரேம்ஜி | 453 | கல்வி |
| 3. முகேஷ் அம்பானி | 402 | கல்வி |
| 4. நந்தன் நிலகேனி | 204 | நிலையான அபிவிருத்தி |
| 5. அஜெய் பிரமல் - குடும்பம் | 200 | சமுதாய வளர்ச்சி |
| 6. ரோஹினி நிலகேனி | 142 | நிலையான அபிவிருத்தி |
| 7. ராகுல் பஜாஜ் | 131 | வாழ்க்கைத் தரம் உயர்த்தல் |
| 8. சைரஸ் பூனாவாலா | 117 | சுற்றுப்புறத் தூய்மை |
| 9. அணில் அகர்வால் | 113 | கல்வி |
| 10. கௌதம் அதானி | 84 | கல்வி |
| 10. கோத்ரேஜ் குடும்பம் | 84 | வாழ்க்கைத் தரம் உயர்த்தல் |

* இந்தப் பட்டியலில் இல்லாத பல நிறுவனங்களில் இருந்தும் பணம் தர்மத்திற்காக சேவைக்காக செலவழிக்கபட்டிருக்கும். இது ஒரு முழுமையான பட்டியல் அல்ல

ஒரு சிலரை மிகப்பெரும் அளவில் சம்பாதிக்க அனுமதிக்கப் பட்டிருக்கிறார்கள். அவர்களில் கணிசமான எண்ணிகையில் இருப்போர் அவர்களிடம் இருக்கும் பணத்தை ஆடம்பரங்களிலும், கேளிக்கைகளிலும் செலவு செய்கிறார்கள். அதேசமயம் இதே உலகில் பலர் வறுமையை சமாளிக்க இயலாமல் செத்துப் போகிறார்கள். இந்த நிலைமை மாறவேண்டும். அதற்காக சில வரையரைகள் கொண்டுவரவேண்டும்.

### ஏன் வேண்டும் தொடர் லாபம்?

22.10.19 அன்று காலையில் பங்கு வர்த்தகம் தொடங்கிய உடனேயே இன்போசிஸ் பங்கு விலைகள் விழுந்தன. கொஞ்சநஞ்சமல்ல ஒரே நாளில் 16 சதவிகிதம் வீழ்ச்சி. காரணம், அதே நிறுவனத்தில் பணியாற்றும், பெயர் தெரிவிக்காத ஊழியர்கள் சிலர், நிறுவனம் லாபம் காட்டுவதில் சில தவறுகள் இருக்கின்றன. சில செலவுகளை உள்நோக்கத்துடன் குறைத்துக் காட்டுகிறார்கள் என்று பங்குச்சந்தை கண்காணிப்பு ஆணையர்களுக்கு எழுதிவிட்டார்கள்.

உடனே, 'ஐய்யையோ! இந்த நிறுவனம் நம்பத் தகுந்ததாக இல்லை. அது தெரிவிக்கும் லாபங்கள் அதிகரித்துக் காட்டப்பட்டிருக்கின்றன.' என்ற அச்சத்தில் இன்போசிஸ் பங்குகள் பல்வேறு பெரும் முதலீட்டாளர்களால் விற்கப்பட்டன. விலைகள் குறைந்தன.

'விசாரணை நடத்துவோம்' என நிறுவனத்தின் தலைவர் நந்தன் நீலகேணி தெரிவித்தார். விசாரணையும் தொடங்கப்பட்டது. பின்பு, அவரே 'கடவுளே வந்தாலும் எங்கள் நிறுவனத்தின் எண்களை மாற்ற முடியாது' என்றார்.

இது ஒரு குறிப்பிட்ட நிறுவனத்தின் நேர்மை சார்ந்த விஷயம். முடிவு என்னவாகவும் இருக்கட்டும். இதை, இங்கே குறிப்பிடுவதற்கான காரணம், இந்த நிறுவனங்கள் எல்லாம் ஏன் லாபம் செய்யக் கிடந்து இப்படித் தவிக்கின்றன? ஏற்கெனவே பிரமாதமான லாபம்தான்!

ஆனாலும், 'போதவில்லை, வளர்ச்சி இல்லை. சென்ற ஆண்டுடன் ஒப்பிடுகையில், சென்ற ஆண்டு இதே காலாண்டுடன் ஒப்பிடுகையில், இந்த ஆண்டின் முந்தைய ஆண்டுடன் ஒப்பிடுகையில்' என்று பல விதங்களிலும் வளர்ச்சி எதிர்பார்க்கிறார்களே. அதற்காக முயற்சிக் கிறார்களே? ஏன்? என்கிற கேள்விகளுக்கு பதில் தேடித்தான்.

இவர்கள் இவர்களது காலாண்டு நிதிநிலை முடிவுகளை அறிவிக்கும் போது நிறுவனத்திற்கு வெளியில் இருக்கும் 'அனலிஸ்ட்'கள் அவர்களது கேள்விகளால் இவர்களைத் துளைத்து எடுக்கிறார்கள்.

விவாதத்தின் முடிவில், நிறுவனத்தின் செயல்பாடு பரவாயில்லை என்று தெரியவந்தால், அந்த நிறுவனத்தின் பங்கு விலைகள் உயர்கின்றன. உடனடியாக 'மார்க்கெட் கேப்பிடலைசேஷன்' சில ஆயிரம் கோடி ரூபாய்கள்கூட உயர்கிறது.

அப்படியில்லாமல் 'அனலிஸ்ட்'களின் அபிப்பிராயம் மாறிப்போய், 'செயல்பாடும் லாபமும் சரியில்லை' என்று அனலிஸ்ட்கள் முடிவுக்கு வந்து கருத்துச் சொன்னால், உடனடியாக அந் நிறுவனத்தின் பங்கு விலைகள் விழுகின்றன. அந்த நிறுவனப்பங்கின் மார்க்கெட் கேப்பிடலைஷேசன் குறைகிறது.

பங்குச் சந்தைகளில் பட்டியலிடப்பட்டிருக்கும் (லிஸ்ட்டட்) நிறுவனங்களின் நிர்வாகங்களும், நிர்வாகிகளும் இதற்கு பயந்துதான் நடந்துகொள்கிறார்கள். 'இந்த இடத்தில்' வெற்றி பெற, பெரிதும் முயற்சி எடுக்கிறார்கள். அப்படிப்பட்ட முயற்சிகளில் ஒன்று, வேலையாட்களைக் குறைப்பது. தவிர, அதிக சம்பளத்தில் இருப்பவர்களை வேலையை விட்டு எடுத்துவிட்டு, குறைந்த சம்பளங்களில் புதியவர்களை வேலைக்கு அமர்த்துவது.

ஒரு நிறுவனத்தால் தொடர்ந்து எப்படி மேலும் மேலும் கூடுதல் லாபம் செய்ய முடியும்? அதற்கான இழப்புக்களைச் சந்திப்பது ஊழியர்கள். அவர்கள் ஏன் பாதிக்கப்பட வேண்டும்? அப்படி லாபம் சம்பாதித்து, சம்பாதித்து பங்குகள் வைத்திருப்போருக்கு லாபத்தைக் கொட்டிக் கொடுக்க வேண்டிய அவசியம் என்ன?

மொத்தத்தில் பங்குதாரர்கள் பல பாத்தியதையும் உரிமையும் இருக்கும் 'ஸ்டேக்ஹோல்டர்களில்' ஒரு ஸ்டேக்ஹோல்டர் (Stakeholder). அவ்வளவுதானே! அத் திட்டங்களில் இருக்கும் பல்வேறு வாய்புகளை (ஓட்டைகளை என்பார்கள் சிலர்) பயன்படுத்தி குறிவாக வரி கட்டி, ஆட்குறைப்பு செய்து, சம்பளக் குறைப்பு செய்து, வாங்கும் பொருள்களை மலிவான விலைக்கு அடித்துப் பேசி வாங்கி, அரசாங்கம், ஊழியர்கள், 'சப்ளையர்கள்' என வேறு சில 'ஸ்டேக்ஹோல்டர்'களை பாதிப்படைய வைத்து, ஒரு 'ஸ்டேக் ஹோல்டர்' ஆன பங்குதாரர்களுக்கும் உச்சங்களில் இருக்கும் அதிகாரிக்களுக்கும் ஏன் அவ்வளவு கொட்டிக்கொடுக்க வேண்டும்?

தனியார் நிறுவனங்கள் இப்படிச் செய்வதே தவறு. இந்தியாவில் பொதுத்துறை நிறுவனங்களும் இதைப்போல செய்ய ஆரம்பித்து விட்டார்களே! இது போன்ற ஏற்பாடுகளால்தான் சிலரிடம் பணம் அபரிமிதமாகக் குவிகிறது.

இந்தியாவில் வருமான வரி கட்டும் மக்களின் எண்ணிக்கையும், மொத்த மக்கள் தொகையுடன் ஒப்பிட்டால் அதன் சதவிகிதமும் குறைவு. இப்படி பலரும் அவரவரது முழு வருமானத்தையும் காட்டாத நிலையிலேயே நாட்டின் பெரும் பணக்காரர்கள் எண்ணிக்கையும் அவர்கள் சேர்க்கும் செல்வத்தின் அளவும் மிக வேகமாக வளர்ந்து அச்சமூட்டுகின்றன.

இதைவிடவும் அச்சமூட்டக்கூடியது வறுமைக்கோட்டிற்கு கீழ் இருப்பவர்கள் பற்றிய புள்ளிவிவரம். சுரேஷ் டெண்டுல்கர் கமிட்டியின்படி நாள் ஒன்றுக்கு நகர்புறத்தில் 33 ரூபாய் செலவுசெய்ய முடியாதவர்களும், கிராமப் புறங்களில் நாளொன்றுக்கு 27 ரூபாய்க்கு குறைவாக செலவு செய்யமுடியாதவர்களும் மட்டுமே, வறுமை கோட்டுக்குக் கீழ் உள்ளவர்கள்.

மற்றொரு கமிட்டியான ரங்கராஜன் கமிட்டி பரிந்துரைப்படி நாளொன்றுக்கு நகர்ப்புறத்தில் 45 ரூபாய் செலவு செய்ய முடியாதவர்கள் மற்றும் கிராமப்புறங்களில், நாளொன்றுக்கு 32 ரூபாய் செலவு செய்யமுடியாதவர்களும் வறுமை கோட்டுக்குக் கீழ் உள்ளவர்கள். அந்தக் கணக்குப்படி, 2011-12 ஆம் ஆண்டில் நம் நாட்டில் 29.6 சதவிகித மக்கள் வறுமைக்கோட்டிற்குக் கீழ் இருந்திருக்கிறார்கள். கிட்டத்தட்ட மூன்றில் ஓர் இந்தியர் வறுமைக் கோட்டிற்குக் கீழ். இவ்வளவு குறைவான தொகைக்கும் கீழ் வருமானம் பெருகிறவர்கள் இவ்வளவு குடும்பங்கள்!

ஏன் இந்த நிலை? எதனால் இப்படிப்பட்ட நிலை இத்தனை ஆண்டுகளுக்குப் பின்பும் தொடர்கிறது?

●

ஒரு பக்கம் பணக்காரர்களின் செல்வம் பெரிய அளவுகளில் அதிகரிக்கிறது. மற்றொரு பக்கம் புதிய பணக்காரர்கள் உருவாகிறார்கள். இவற்றின் காரணமாக மீதமிருக்கும் மக்களின் வருமானம் போதிய வளர்ச்சி பெறவில்லை. ஒப்பீட்டு அளவில் கணிசமாகக் குறைந்து வருகிறது. பெரும் பணக்காரர்களின் செல்வம் பெருக அவர்களது வியாபாரங்களும் தொழில்களும் காரணமாக அமைகின்றன. புதிய பணக்காரர்கள் உருவாவதற்கும் அது காரணமானாலும், அதைக் காட்டிலும் முக்கிய காரணமாக, நிறுவனங்களில் உயர் பதவிகளில் இருப்போரின் அபரிமிதமான வருமானம் புதுப்பணக்காரர்கள் உருவாகக் காரணமாக அமைந்திருக்கிறது. சில செய்தித்தாள்களில் வந்திருக்கும் தகவல்கள், நிலைமையின் தீவிரத்தைக் காட்டுவனவாக அமைந்திருக்கின்றன.

சில நிறுவனங்களில் பணியாற்றும், 'டாப் எக்ஸிகியூட்டிவ்'கள் எனப்படும் உயர்நிலை அதிகாரிகள் பெற்ற ஓர் ஆண்டு வருமானம், அதே நிறுவனங்களில் பணிபுரியும் 'மீடியன் எம்ப்ளாயி' பெற்றதைப் போல, 3,150 மடங்கென்றால் நம்ப முடிகிறதா?

'மீடியன் எம்ப்ளாயி' என்றால் நிறுவனத்திலேயே குறைந்த அளவு ஊதியம் வாங்குபவர் அல்ல. நிறுவனத்தில் வேலை செய்பவர்களில் சரி பாதியினர் பெறும் ஊதியத்திற்கு அதிகமாகவும், மற்றொரு பாதியினர் வாங்கும் ஊதியத்தைக் காட்டிலும் குறைவாகவும் சம்பளம் வாங்குபவர். இதுமட்டுமல்ல. பங்குச் சந்தைகளில் பட்டியலிடப் பட்டிருக்கும் பப்ளிக் லிமிடெட் நிறுவனங்களில் குறைந்தது ஏழு உயர் அதிகாரிகள் அந்தந்த நிறுவனங்களின் 'மீடியன் எம்ப்ளாயி' ஊழியருக்கு கொடுக்கப்பட்டதைப்போல ஆயிரம் மடங்கு அதிகமாக ஓர் ஆண்டில் வருமானம் பெற்றிருக்கிறார்கள் என்கிற தகவலைத் தெரிவிக்கிறது 03.08.2018 பிசினெஸ் ஸ்டாண்டர்ட் செய்தித்தாள்.

**இந்தியாவில் அதிக வருமானம் பெறும் நிறுவனத் தலைமை அதிகாரிகள்**

| நிறுவனம் | அதிகாரி | ஆண்டு ஊதியம் கோடி ரூபாய்களில் | மீடியன்* |
|---|---|---|---|
| L&T | A.M. Naik - Group Chairman | 78.91 | 1102 |
| Dr Lal Paths Lab | Om Prakash Manchanda, CEO | 33.2 | - |
| TCS | N. Chandrasekaran, Chairman | 30.16 | 514 |
| L&T | S.N. Subramanyan, MD & CEO | 23.71 | 330 |
| Tata Motors | Guenter Butschek, MD & CEO | 22.55 | 338 |
| ITC | Yogesh Chander, Chairman | 21.17 | 508 |
| Torrent Power | Markhand Bhatt, Wholetime Director | 21.0 | 587 |

* மீடியன் ஊழியரின் ஊதியத்தைப்போல எத்தனை மடங்கு

எக்கனாமிக் டைம்ஸ் 20.1.2020 தகவல்படி 2019ம் ஆண்டில் HEG நிறுவனத்தின் தலைமை செயல் தலைவரின் மொத்த ஊதியம் அந்நிறுவனத்தின் மீடியன் ஊழியரின் ஊதியத்தைப்போல 4050 மடங்கு அதிகம். இவையெல்லாம் பப்ளிக் லிமிடெட் நிறுவனங்கள் என்பதால் இந்தத் தகவல்கள் வெளியே தெரிகின்றன. இல்லா விட்டால் இவற்றைப் பற்றியெல்லாம் மற்றவர்கள் தெரிந்து கொள்ளக்கூட முடியாது.

இப்படிப்பட்ட வேறுபாடுகள் அதிகம் இருப்பது தகவல் தொழில் நுட்பம், ஆட்டோமொபைல் மற்றும் எஞ்ஜினியரிங் துறைகளில். அவர்கள் பெற்ற வருமானமாக கணக்கில் எடுத்துக்கொள்ளப் பட்டிருக்கும் தொகைகளில், அவர்களுக்கு வழங்கப்பட்ட 'ஸ்டாக் ஆப்ஷன்' மற்றும் ஒருமுறை மட்டும் வழங்கப்படும் தொகைகளும் அடங்கும். அதனால் சம்பளம் என்று மட்டும் பார்த்தால், இது புலப்படாது. அதே இணைய தளத்தில் பெயர்களுடன் வெளிவந்திருக்கும் சிலரது ஊதியங்களும், 'மீடியன் எம்ப்ளாயி'கள் சிலரின் ஊதியங்களும் மேலும் வியப்புத் தருபவை.

### உலகளாவிய வறுமை குறித்த சில தகவல்கள்

1. உலக மக்கள்தொகையில் சரிபாதிக்கும் சற்று குறைவான நபர்கள் அதாவது 300 கோடி மக்கள் நாள் ஒன்றுக்கு சுமார், 175 ரூபாய்க்கும் குறைவான பணத்தில்வாழ்கின்றனர். அதில் 100 கோடி நபர்களுக்கும் அதிகமானோர் கடுமையான வறுமையில் வாழ்கின்றனர். அவர்களது - ஒரு நாளைய செலவு, ரூபாய் 87.50க்கும் குறைவு.
2. உலகளவில் 100 கோடி குழந்தைகள் வறுமையில் வாழ்கின்றனர். யுனிசெப்பின் (UNICEF) தகவல்படி, வறுமை காரணமாக ஒவ்வொரு நாளும் 22,000 குழந்தைகள் இறக்கின்றனர்.
3. உலகளவில் 80.5 கோடி மக்களுக்குச் போதுமான உணவு இல்லை.
4. 75 கோடிக்கும் அதிகமான மக்களுக்குச் சுத்தமான குடிநீர் கிடைக்க வில்லை. போதிய குடிநீர், சுகாதாரம் மற்றும் கை சுகாதாரம் ஆகியவற்றால் ஏற்படும் வயிற்றுப்போக்கு உலகளவில் ஒவ்வொரு ஆண்டும் 8,42,000 மக்களைக் கொல்கிறது, அல்லது ஒரு நாளைக்கு சுமார் 2,300 பேர் கொல்லப்படுகிறார்கள்.
5. 2011 ஆம் ஆண்டில், 5 வயதிற்குட்பட்ட 16.5 கோடி குழந்தைகள் நாள்பட்ட ஊட்டச்சத்துக் குறைபாடு காரணமாக வளர்ச்சி மற்றும் வளர்ச்சி விகிதம் குறைந்து போயினர்.
6. வயிற்றுப்போக்கு மற்றும் நிமோனியா போன்ற தடுக்கக்கூடிய நோய்கள் ஆண்டுக்கு 20 லட்சம் குழந்தைகளின் உயிரைப் பறிக்கின்றன. அவர்கள் சரியான சிகிச்சை பெற முடியாத அளவுக்கு ஏழ்மையானவர்கள்.
7. 2013 ஆம் ஆண்டு நிலவரப்படி, உலகளவில் 1 வயதிற்குட் பட்ட 2.18 கோடி குழந்தைகள் டிப்தீரியா, டெட்டனஸ் மற்றும் பெர்டுசிஸ் ஆகியவற்றுக்கு எதிரான 3 பரிந்துரைக்கப்பட்ட தடுப்பூசிகளைப் போட்டுக்கொள்ளவில்லை.

8. மனிதர்களில் கிட்டத்தட்ட நான்கு பேரில் ஒருவர் மின்சாரம் இல்லாமல் வாழ்கின்றனர். எண்ணிக்கையில் அவர்கள் சுமார் 160 கோடி பேர்.

9. உலக மக்கள் தொகையில் 80% ஒரு நாளைக்கு 700 ரூபாய்க்கும் குறைவான தொகையிலேயே வாழ்கின்றனர்.

10. தீவிர உலகளாவிய வறுமையை முடிவுக்குக் கொண்டுவர ஆண்டுதோறும் 600 கோடி ரூபாய் செலவாகும் என்று ஆக்ஸ்பாம் (OXFAM) மதிப்பிடுகிறது - இது முதல் 100 பணக்கார பில்லியனர்களின் வருமானத்தில் நான்கில் ஒரு பகுதிக்கும் குறைவு.

11. 'ஏழைகள் பசியுடன் இருக்கிறார்கள், அவர்களின் பசி அவர்களை வறுமையில் சிக்க வைக்கிறது.' உலகில் மரணத்திற்கான பல்வேறு காரணங்களில் பசி முதலிடத்தில் உள்ளது, இது எச்.ஐ.வி / எய்ட்ஸ், மலேரியா மற்றும் காசநோயைக் காட்டிலும் அதிகமானவர்களைக் கொல்கிறது என்று The World Food Programme கூறுகிறது.

## ஒரு மீள் பார்வை-வரலாறு

எல்லோரும் பொதுவில் இருந்தவற்றை, 'எவரால் எவ்வளவு எடுத்துக்கொள்ள முடியுமோ அவ்வளவு எடுத்துக் கொள்ளலாம்' என்று தொடங்கியது மனித குலத்தின் ஆரம்பக் காலம். அப்போது இருந்த மக்கள் தொகை எண்ணிக்கை குறைவு. இடங்கள், வளங்கள் மிக அதிகம்.

பின்பு, போட்டி, பொறாமை தவிர, எவரும் எவரிடம் இருந்தும் அடித்தும் பிடுங்கலாம் என்று ஆனதும், 'இயன்றதை எடுத்துக்கொள்; முடிந்த அளவு பாதுகாத்துக் கொள்; வலுத்தவன் அடிப்பான்தான். வேறு என்ன செய்ய!' என்றிருந்தது அடுத்த கட்டம். பாதுகாத்துக் கொள்ள வேண்டிய தேவைகள் வந்தன.

பின் அதுவும் மாறி, கல்வி, பண்பாடு, கலாச்சாரம் போன்றவற்றை சிந்திக்க முடிந்ததால், 'பிடுங்குதல் தவறு. அதற்கு தண்டனை போன்றவற்றை உருவாக்கினான் மனிதன்.

'எல்லோரும் அவரவர்க்குத் தெரிந்த, அவரவருக்கு ஏதுவான பொது வழிமுறைகள் சொல்ல வேண்டாம். ஒருவன் சொல்லட்டும். அவன் சொல்வதை அனைவரும் பின்பற்றுவோம். அவன் தலைவன். அவன் எல்லோருக்கும் பொதுவானவன். நன்மை மட்டுமே செய்வான். நம்மை நம்முடையதுபோன்ற பிற கூட்டங்களின் தாக்குதல் களிலிருந்து காப்பாற்றுவான்' என்று நம்பினார்கள்.

மக்கள், வசதியாக, மகிழ்ச்சியாக வாழ்வதற்கு பலரும் உழைக்க வேண்டியிருந்தது. 'அரசன் சொல்வதை மக்கள் கேட்கவேண்டும். அரசு சொல்லும் வேலைகளை, விவசாயம், பொருள்கள் உற்பத்தி, போன்றவற்றை கண்டிப்பாகச் செய்யவேண்டும். விளையும் மற்றும் உற்பத்தியாகும் பொருள்கள் அனைத்தும் அரசுக்கே சொந்தம். அரசன், அவற்றை அவனிடம் இருக்கும் அரசாங்க அமைப்புகள் மூலம் சரியாகவே பகிர்ந்து கொடுப்பான். அப்படி இல்லாவிட்டாலும் வேறு வழியில்லை.' என தலைவனின், அரசனின் அதிகாரம் ஏற்றுக்கொள்ளப்பட்டது.

மறுத்தவர்கள் எதிர்த்தவர்கள் அடக்கப்பட்டார்கள். அரசிடம், ஒற்றர்கள், அமைச்சர்கள், வீரர்கள் என வலுவான அமைப்புகள் இருந்தன. சில அரசர்கள், கேளிக்கைகள், ஊதாரித்தனங்களில் ஈடுபடுவது தவிர, திசைமாறி, மக்களை வாட்டி வதைக்கவும் தொடங்கினார்கள். பொறுக்க முடியாத நிலையில் மக்கள் கலகம் செய்தார்கள். புரட்சிகள் வெடித்தன.

மன்னர் ஆட்சி தவறு. மக்கள் அவர்களுக்கு நியாயமாக நடந்து கொள்ளக்கூடியவர்களை, அவர்களே தேர்வு செய்யும் ஏற்பாடுகள் வந்தன. மக்களாட்சிகள் மலர்ந்தன. 'வளங்கள் பொதுவானவை. எல்லோரும் வாழ வழிவகைகள் செய்யவேண்டும். எவரும், எவரையும், துன்புறுத்துவதோ, எவரும் எவரிடமிருந்தும் அடித்துப் பறிக்கவோ கூடாது. ஆட்சியாளர் அவற்றை உறுதி செய்யவேண்டும்' என்ற நிலை வந்தது.

தேர்ந்தெடுக்கப்படும் ஆட்சியாளர்கள் மாறிக்கொண்டே இருப்பார்கள். ஆனாலும் கொள்கைகள் தொடர்வேண்டும் என்று யோசித்து எவர் ஆட்சிக்கு வந்தாலும் பின்பற்றவேண்டிய நெறிமுறைகளை, நிலையான சாசனங்களாக எழுதி வைக்கப்பட்டன.

உலகம் தோன்றி பல லட்சம் ஆண்டுகள் ஆகிவிட்டன. மனிதன் தோன்றியும் சில லட்சம் ஆண்டுகள் ஆகிவிட்டன. உலகில், கடல்கள், காடுகள், மலைகள், நிலம் என வெவ்வேறு இடங்களில் விதம் விதமான பல லட்சம் உயிரினங்கள். எல்லாம் ஒன்றிணைந்து ஒரு கூட்டமைப்பாக ஒன்றுக்குக்கொன்று உணவாய், இணையாய், மொத்தத்தில் ஏதுவாய் வாழ, அருமையான ஏற்பாடுகள் இருக்கும் உலகம் இது.

எல்லோருக்கும் தேவையானவை இந்த உலகத்தில் உண்டு. எல்லா உயிரினங்களும் குறிப்பிட்ட காலம் வாழலாம். இனப்பெருக்கம் காரணமாக, இனங்கள் தொடரும். எல்லாம் சரியாகத்தான் போய்க் கொண்டிருந்தது, குறிப்பிட்ட காலம் வரை.

பொருள் சேர்ப்பது போக, மனிதர்களை அடிமைப்படுத்திக் கொள்வதும், பயன்படுத்திக்கொள்வதும் பல காலம் நடந்தது. அரசர்களுக்கு நாடு பிடிக்கும் ஆசை உருவாகி, போர் தொடுத்து, கொன்று குவித்து, அதுவும் போதாமல், மதங்கள் உருவாக்கி, மத, இனப்பெருமைகள் நிலைநாட்டுகிறோமென, ஆயிரக்கணக் கானவர்களை அவர்களது வாழ்நாளெல்லாம் சிறையில் வைத்து, கோடிக்கணக்கான மனிதர்களைக் கொன்று குவித்து, வரலாறு முழுக்க ரத்தம் வடிய வைத்தார்கள்.

எல்லோரும் சமம் என்பதும் எல்லோருக்கும் இந்த உலகம் பொதுவானது என்பதும் மறந்ததுபோல சில ஆயிரம் பேர், ஆங்காங்கே, அதிகாரங்களைக் கைப்பற்றிக்கொண்டு 'இதுதான் சரி, இப்படித்தான் வாழவேண்டும்' என லட்சக்கணக்கானவர்களை அதிகாரம் செய்து, கட்டாயப்படுத்தி நசுக்கி, சீரழித்து, வாழவிடாமல் செய்ய ஆரம்பித்தார்கள்.

மக்களால் தேர்ந்தெடுக்கப்பட்டவர்கள், நாட்டில் வளர்ச்சி கொண்டு வருகிறோம் என்றும், அதற்கு இதுதான் நிச்சய வழி என்றும் குறிப்பிட்ட சித்தாந்தத்தின் அடிப்படையில் சட்டங்கள் உருவாக்க, சாமர்த்திய மான சிலர், அவற்றைத் தங்களுக்குச் சாதகமாகப் பயன்படுத்தி, பெருமளவிலான வளத்தையும் செல்வங்களையும் கையகப்படுத்திக் கொள்ள, அருகிலேயே லட்சக்கணக்கான மனிதர்கள் பசியிலும் பட்டினியிலும் நோயிலும் வசதிகளின்றி மாண்டு போவதும் நடக்க ஆரம்பித்து இன்றளவும் தொடர்கிறது.

பொது நன்மைக்காகப் போடப்பட்ட சட்டங்கள் அனைத்து தரப்பு பொதுமக்களையும் பாதுகாக்கவில்லையே! 'இது சட்டப்படிச் சரியானது' என்று சொல்லுமளவு, 'ஆம். அதனாலென்ன! இது இப்படித்தானே நடக்கமுடியும்! அவர்களும் சம்பாதிக்கலாமே' என்று பேசுமளவு, நடக்கும் மக்களில் பலருக்கு அவசியத்தேவைகள் கூட மறுக்கப்படுவது சாதாரணமாகிவிட்டது. பலருக்கும் வித்தியாசமாக, தவறானதாகத் தெரியவில்லை.

நாட்டின் பொருள் உற்பத்தியை அளப்பதோடு நிறுத்திக் கொள்ளாமல், மக்களின் மகிழ்ச்சி, ஆயுட்காலம், சமத்துவம், சுற்றுப்புறச் சூழல் ஆகியவற்றையும் அளக்கும், அதிகரிக்கும் வழிமுறைகள் வேண்டும்.

# 9

## ஜிடிபி வளர்ச்சி மட்டும் போதாது

உலகில் இருக்கும் பெரும்பாலான தேசங்கள் அவற்றின் வளர்ச்சியை அளப்பதற்கும் மற்ற நாடுகளின் வளர்ச்சியுடன் தங்களது பொருளாதார வளர்ச்சியை ஒப்பிட்டுக்கொள்ளவும் ஜிடிபி. (GDP) என்ற அளவீட்டு முறையைப் பயன்படுத்துகின்றன.

ஜிடிபி என்பது, 'கிராஸ் டொமஸ்டிக் புராடெக்ட்' என்ற மூன்று ஆங்கிலச் சொற்களின் சுருக்கம். மொத்த உள்நாட்டு உற்பத்திமதிப்பு என்பது அந்தச் சொற்களின் பொருள். குறிப்பிட்ட பிரதேசத்தில், குறிப்பிட்ட காலகட்டத்தில் உருவாக்கப்படும் பொருள்கள் மற்றும் சேவைகளின் பணமதிப்பைத்தான், உள்நாட்டு உற்பத்தி மதிப்பு என்கிறார்கள். பிரதேசம் என்பது மாநிலம் போன்றோ, நாடு போன்றோ இருக்கலாம். காலகட்டமும், காலாண்டு அல்லது முழு ஆண்டு என்பதுபோல எதுவாகவும் இருக்கலாம்.

2019-20 ம் ஆண்டின் ஜிடிபி எவ்வளவு என்று தெரிந்துகொள்வதற்கு, அந்த காலகட்டத்தில் உற்பத்தி செய்யப்பட்ட பொருள்கள் மற்றும் சேவைகளின் பணமதிப்பு எவ்வளவு என்று கணக்கிடவேண்டும். உற்பத்தி செய்யப்பட்ட பொருள்கள் மற்றும் வழங்கப்பட்ட

சேவைகளின் அளவை அவற்றின் விலைகளால் பெருக்கினால், கிடைப்பது அதன் பணமதிப்பு.

உதாரணத்திற்கு, ஒரு நாட்டில், ஓர் ஆண்டில் மொத்தம் லட்சம் கம்ப்யூட்டர்கள் உற்பத்தி செய்யப்பட்டன என்றால், ஒரு கம்ப்யூட்டர் விலை, 50,000 ரூபாய் விலை என்றால், 1,00,000 X 50,000 = 500 கோடி ரூபாய் பணமதிப்பு. இப்படியாக நாட்டில் குறிப்பிட்ட கணக்கிடும் காலத்தில் உற்பத்தியான அனைத்துப் பொருள்கள் மற்றும் சேவைகளின் பணமதிப்பைக் கணக்கிடுவார்கள். வரும் தொகைக்குப் பெயர் மொத்த உள்நாட்டு உற்பத்தி மதிப்பு, கிராஸ் டொமெஸ்டிக் பிராடெக்ட். (சேவைகளையும் இந்தக் கணக்கீட்டில் பொருள் என்றே குறிப்பிடுகிறார்கள்).

### நாமினல் ஜிடிபி

ஜிடிபி-ல் இரண்டு வகைகள் உண்டு. ஒன்று, 'நாமினல் ஜிடிபி.' மற்றொன்று, 'ரியல் ஜிடிபி.' மேலே பார்த்ததுபோல, உற்பத்தியானவற்றை அதே ஆண்டின் விலைகளை வைத்து மதிப்பீடு செய்தால் கிடைப்பதன் பெயர், நாமினல் ஜிடிபி.

எந்த ஒரு குறிப்பிட்ட காலகட்டத்திலும், பொருள்கள் மற்றும் சேவைகளின் விலைகள் பணவீக்கம் காரணமாக மாறுபடும். சிலவற்றின் விலைகள் உயர்ந்திருக்கும். வேறு சிலவற்றின் விலைகள் குறைந்திருக்கும்.

நடப்பு விலையில் ஜிடிபி கணக்கிடும்போது, நிலவும் விலைவாசியை பொருத்து, ஜிடிபி கூடுதலாகவோ குறைவாகவோ தெரியும். உதாரணத்திற்கு 2019-20ம் ஆண்டில் 50,000 ரூபாய் விலை விற்ற கம்ப்யூட்டர், அதற்கு அடுத்த ஆண்டான 2020-21ல் 60,000 ரூபாய் விலை உயர்ந்துவிட்டிருந்தால், அதே லட்சம் கம்ப்யூட்டர்களின் பணமதிப்பு, 600 கோடி ரூபாய் ஆகிவிடும். இரண்டு ஆண்டுகளிலும் உற்பத்தியானது ஒரே அளவு கம்ப்யூட்டர்கள்தான். ஆனால், விலை உயர்வு காரணமாக 2020-21ல் ஜிடிபி-ன் வளர்ச்சி 100 கோடி அதிகமாகிவிட்டதுபோன்ற தோற்றம் கிடைக்கும். இது நாமினல் ஜிடிபி-ன் குறைபாடு.

### ரியல் ஜிடிபி

அதனால், விலைவாசி மாற்றத்தைத் தவிர்த்துவிட்டுப் பார்த்தால் தான், அந்த காலகட்டத்தில் உற்பத்தியான பொருள்களும்

சேவைகளும் முந்தைய காலகட்டத்தைவிட அதிகமா குறைவா, எவ்வளவு என்பது போன்றவற்றைத் தெரிந்துகொள்ளமுடியும். அப்படிக் கணக்கிடப்படும் ஜிடிபி-தான் உண்மையான 'உள்நாட்டு உற்பத்தி' ஆக இருக்கும். அதை 'ரியல் ஜிடிபி' என்கிறார்கள்.

அப்படிப்பட்ட, 'ரியல் ஜிடிபி'யைக் கணக்கிட ஒரு வழி உருவாக்கியிருக்கிறார்கள். அதன்படி, ஒரு குறிப்பிட்ட ஆண்டை நிலையாக, அடிப்படை ஆண்டாக (பேஸ் இயர் - Base Year) வைத்துக்கொள்கிறார்கள். அந்த ஆண்டின் விலையில்தான், அதன் பின்வரும் அனைத்து ஆண்டுகளின் உற்பத்தி மதிப்பைக் கணக்கிடவேண்டும்.

## பேஸ் இயர்

இப்போது இந்தியாவில் 'பேஸ் இயர்' ஆக எடுத்துக்கொள்ளப் பட்டிருப்பது, 2011-12 நிதி ஆண்டை. 2015ம் ஆண்டுதான் இந்த பேஸ் இயர் முடிவு செய்தார்கள். அதற்கு முன்னர் 'பேஸ் இயர்'ஆக இருந்தது, 2004-05. இப்படியாக சுமார் 5 ஆண்டுகளுக்கு ஒருமுறை 'பேஸ் இயர்'ஐ மாற்றுவார்கள்.

2019-20ம் ஆண்டின் 'ரியல் ஜிடிபி'யையும் வளர்ச்சியையும் கணக்கிட, 2019-20ம் ஆண்டில் உற்பத்தியான பொருள்கள் மற்றும் சேவைகளை, 2011-12ம் ஆண்டில் நிலவிய விலைகளால் பெருக்குவார்கள். அதன் மூலம் கிடைக்கும் தொகை, உண்மையான 'மொத்த உள்நாட்டு உற்பத்தி மதிப்பு', ரியல் ஜிடிபி.

## ஜிடிபி குரோத் ரேட்

பின்னர் அதேபோல கணக்கிட்ட, அதற்கு முந்தைய ஆண்டான 2018-19 ஜிடிபி-யுடன் ஒப்பிடுவார்கள். ஒப்பீட்டின்மூலம் முந்தைய ஆண்டைக் காட்டிலும், நடப்பு ஆண்டின் உற்பத்தி மதிப்பு எவ்வளவு அதிகம் அல்லது குறைவு என்று சதவிகித அடிப்படையில் கணக்கிட்டு, வளர்ச்சியா இல்லையா, இருந்தால் வளர்ச்சி எத்தனை சதவிகிதம் என்று தெரிவிப்பார்கள்.

இரண்டு ஆண்டுகளிலும் அந்தந்த ஆண்டு நடப்பு விலைகளில் கணக்கிட்டால் அவை 'நாமினல் ஜி டி.பி'கள். இரண்டுக்கும் உள்ள வேறுபாடு, நாமினல் ஜிடிபி வளர்ச்சி விகிதம். 2020-21ம் ஆண்டு இந்தியா 10 சதவிகிதம் வளர்ச்சி காணும் என்ற அனுமானத்துடன் போடப்பட்டிருக்கிறது மத்திய பட்ஜெட். அது நாமினல் ஜிடிபி வளர்ச்சி.

இந்தியாவின் அப்படிப்பட்ட ‘ரியல் ஜிடிபி’ வளர்ச்சி 2019-20ம் ஆண்டில் 5% ஒட்டி இருக்கிறது. இந்த வளர்ச்சி மிகவும் குறைவான தாகக் கருதப்படுகிறது. நாம் பார்க்கும், விவாதிக்கும் 5% வளர்ச்சி என்பது, ‘ரியல் ஜிடிபி’. அதே ஆண்டிற்கு, ‘நாமினல் ஜிடிபி’ 5 சதவிகிதத்தைக் காட்டிலும் கூடுதலாக இருக்கும்.

## ஜிடிபி வளர்ச்சி அதிகரிக்க சில நடவடிக்கைகள்

‘இந்த அளவு ஜிடிபி வளர்ச்சி என்பது நமது நாட்டுக்கு மிகவும் குறைவு. முன்பெல்லாம் அதிகம் இருந்தது. இப்போது தொடர்ந்து குறைகிறது. இதனால் நாட்டின் வளர்ச்சி சரியில்லை. மந்தநிலை நிலவுகிறது. வேலைவாய்ப்புகள் உருவாகாது. இதை உடனே சரி செய்ய வேண்டும்’ என்றெல்லாம் பல பக்கங்களிலிருந்தும் குரல்கள் எழுந்துகொண்டே இருக்கின்றன.

இதைச் சரி செய்வதற்கு, 2019 ம் ஆண்டு ஆகஸ்ட் மாதம், மத்திய நிதி அமைச்சர் நிர்மலா சீதாராமன், சில நடவடிக்கைகள் எடுத்தார். அவை குறித்து அறிவிப்புகள் செய்தார். அவற்றில் ஒன்று, கார்ப்பரேட் நிறுவனங்கள் கட்ட வேண்டிய கார்ப்பரேட் வருமான வரி குறைப்பு என்பது.

நிறுவனங்கள் கட்டவேண்டிய லாபத்தின்மீதான வரியைக் குறைத்தால், வெளிநாட்டு நிறுவனங்கள் இந்தியாவில் தொழில் தொடங்க வருவார்கள். மேலும் ஏற்கெனவே இயங்கிக்கொண்டிருக்கும் நிறுவனங்களின் லாபம் அதிகரிக்கும். அதனால், அந்த நிறுவனங்கள் கூடுதல் முதலீடு செய்து, வேலைவாய்ப்புகளைப் பெருகுவார்கள் என்பது எதிர்பார்ப்பாக இருந்திருக்கவேண்டும்.

நிதி அமைச்சர் எதிர்பார்த்தபடி, அதன் பிறகு வந்த காலாண்டு நிதி நிலை முடிவுகள், பல்வேறு நிறுவனங்களின் நிகர லாபம் கணிசமாக உயர்ந்திருந்ததைக் காட்டியது. அதேசமயம், இதன் காரணமாக புதிய முதலீடுகள் வந்ததாகத் தெரியவில்லை. காரணம், ‘மக்கள் அதிக அளவில் பொருள்களை வாங்கவில்லையே. பொருள்களுக்கான தேவை, டிமாண்ட் பெரியளவில் வளரவில்லையே. இந்தச் சூழ்நிலை யில் பணத்தை முதலீடு செய்து உற்பத்தியைப் பெருக்கிவிட்டு, வியாபாரம் ஆகாமல் போய்விடுமோ’ என்கிற தயக்கமாக இருந்திருக்கலாம்.

அடுத்து வந்த மத்திய பட்ஜெட்டிலும், நுகர்வை அதிகரித்து, அதன் மூலம் பொருளாதார வளர்ச்சியை மீட்டெடுக்க சில நடவடிக்கைகள் எடுக்கப்பட்டன. அதில் ஒன்று தனிநபர் வருமான வரிகளைக்

குறைத்தது. 'குறைக்கப்பட்ட ஆனால் விலக்குகள் இல்லாத 'நியு ரிஜீம்' என்பது கட்டாயமில்லை. பழைய முறையில் முன்பிருந்த அளவிலேயே வரி கணக்கிடலாம். விலக்குகள் பெற்றுக் கொள்ளலாம். வேண்டுவோர் மட்டும், விருப்பமிருந்தால் புதிய முறைப்படி, விலக்குகள் ஏதும் எடுத்துக்கொள்ளாமல், குறைந்த விகிதத்தில் வருமான வரி கட்டலாம். மீதப்பணத்தை வேண்டும் விதம் செலவு செய்துகொள்ளலாம்' என்றார்கள். இதுவும் ஜிடிபி வளர்ச்சிக்காகத்தான்.

அடுத்து உலகெங்கும் வேகமாகப் பரவிய கோவிட் 19 எனும் கொரோனா வைரஸ் காரணமாக ஊரடங்குகள் மேற்கொள்ளப்பட்டு, அதனால் உற்பத்தி வியாபாரங்கள் முடங்கின. பொருளாதார வளர்ச்சி குறையும் என்றும் அதை சரி செய்யவேண்டும் என்றும் அரசாங்கங்கள் முயற்சிகள் எடுத்தன.

### *ஏன்?*

எப்போதுமே நம் நாட்டில், நாட்டின் ஜிடிபி குறைவாக இருக்கிறது, அதற்கு தற்போதைய அரசா அல்லது முந்தைய அரசா, யார் காரணம்? என்பது போன்ற விவாதங்கள் ஒருபுறம் நடக்கின்றன. ஜிடிபி வளர்ச்சியை அதிகரிக்க எப்படிப்பட்ட நடவடிக்கைகள் தேவை, தேவையற்றவை என்கிற அலசல்கள் நடக்கின்றன. எந்தக் கட்சியாக இருந்தாலும் அவர்கள் ஆட்சியின்போது ஜிடிபி வளர்ச்சியை அதிகரிக்க வரிக்குறைப்பு உட்பட பல நடவடிக்கைகள் எடுக்கின்றன.

மொத்தத்தில் ஜிடிபி வளர்ச்சியை அதிகரிப்பதுபற்றி எதிர்கட்சி, ஆளும் கட்சி என்று இரு தரப்பினருமே ஆவலாக இருக்கிறார்கள்! 'ஜிடிபி வளர்ச்சி நாட்டுக்கு அவசியம் தேவை. அதற்காக அரசு நிச்சயம் ஏதாவது செய்யவேண்டும்' என்பதுதான் ஆட்சியாளர்களின் சிந்தனையாக இருக்கிறது.

இந்த இடத்தில் ஒரு முக்கியமான, பெரிய கேள்வி. **'நாட்டின் பொருளாதார முன்னேற்றத்தை அளக்க, ஜிடிபி-தான் சிறந்த கருவியா?'**

இது அடிப்படையையே அசைத்துப் பார்க்கிற கேள்விபோலத் தெரியலாம்.

ஆமாம். இப்படிச் சிந்திக்க வேண்டிய அவசியம் ஏற்பட்டுவிட்டது. காரணம், இத்தனை ஆண்டுகளாக எத்தனை சதவிகித ஜிடிபி வளர்ச்சி கண்ட பின்பும், இன்னமும், நம் நாட்டில் வறுமைக் கோட்டிற்குக் கீழ் இருப்போர் எண்ணிக்கை கோடிகளில் இருக்கிறது. உயிர்வாழ அடிப்படைத் தேவையான மூன்று வேளை உணவு

கிடைக்காதவர்கள் இன்னமும் கோடிக்கணக்கில் இருக்கிறார்கள். நாட்டு மக்கள் அனைவருக்கும் அடிப்படை சுகாதாரம், குடிநீர், மருத்துவம், கல்வி, குடியிருப்புகள்கூட இன்னும் கிடைக்கவில்லை.

எவ்வளவு மக்களுக்கு, இன்னும் அடிப்படைத் தேவைகள் கிடைக்கவில்லை என்பது ஜிடிபி கணக்கீட்டு முறையில் வெளித் தெரியவில்லை. மக்கள் வாழ்வு நிலை அந்த எண்ணில் பிரதிபலிக்கவில்லை. பலவிதங்களில் முயன்று நாட்டில் வரி விகிதங்களைக் குறைத்து, அரசு கடன் வாங்கி, பலவும் செய்த பின்பு, ஜிடிபி உயரலாம். ஆனால், அதன்பின்னும் வளர்ச்சி பெறாத மக்கள் பலர் தொடர்ந்து அப்படியே வறுமையில் வாடப்போகும் ஆபத்து தொடரத்தான் போகிறது.

ஆக, ஜிடிபி வளர்ச்சி என்பது மக்களின் பொருளாதார வளர்ச்சியைக் காட்டுவதல்ல. நாட்டில் உற்பத்தி எவ்வளவு என்பதை மட்டும் காட்டுவதுதான் ஜிடிபி.

### ஜிடிபி-ன் தவறல்ல

ஜிடிபி-ஆல் எதை அளக்க முடியுமோ அதைத்தான் அது அளக்கிறது. அது உள்நாட்டு உற்பத்தி மதிப்பை அளக்கிறது, ஒப்பிடுகிறது. வளர்ச்சி சதவிகிதம்பற்றிச் சொல்கிறது. அது உருவாக்கப்பட்டது அதற்காகத்தான், அது செய்வதும் அதைத்தான். எனவே அதைச் சொல்லிக் குற்றமில்லை. தவறு, அதை ஒட்டுமொத்த மக்களின் வளர்ச்சியை அளப்பதாக நினைத்துக்கொண்டிருப்பவர்களின், நம்புகிறவர்களின், பேசுகிறவர்களின் தவறு. ஜிடிபி கணக்கீடு முறையை உருவாக்கியவரே, அதை உருவாக்கியபோதே ஜிடிபி எவற்றைக் காட்டாது என்பதையும் சொல்லியிருக்கிறார்.

'ஏன் ஜிடிபி-யை அப்படி குறைத்துப் பேசவேண்டும்? நாட்டில் உற்பத்தி பெருகினால் மக்கள் வாங்கிப் பயனடைவார்கள்தானே! அது பொருளாதார வளர்ச்சி இல்லையா?' என்கிற சந்தேகம் வரலாம். உற்பத்தி என்பது வேறு. பகிர்வு என்பதுவேறு.

நம் நாட்டில் இருந்து ஒரு நிறுவனம் பெரிய அளவுகளில் மணல் அல்லது வேறு எதையாவது ஏற்றுமதி செய்தால், அதுவும் உள்நாட்டு உற்பத்திதான். அந்த மதிப்பு ஜிடிபி-ல் சேரும். ஆனால், அந்த மதிப்பால் யாருக்குப் பலன்? அந்த முதலாளிக்கு நன்மை, வளர்ச்சி. அந்த நிறுவன ஊழியர்களுக்குக்கூட அல்ல, உயர் அதிகாரிகள் சிலருக்கு வளர்ச்சி வரலாம். மற்றபடி, ஏனையோருக்கு, அந்த ஊருக்கு, நாட்டுக்கு, நாட்டு மக்களுக்கு பலன் இருக்காது.

இப்படியாக, நாட்டில் உற்பத்திசெய்யப்படும் சிகரெட், மது, ரியல் எஸ்டேட், ஊகபேரங்கள், திரைப்படங்கள் என்று பலவும் மிகப் பெரிய அளவுகளில் வியாபாரம் ஆகும். அவையெல்லாமும் நாட்டின் ஜிடிபி வளர்ச்சியாகத் தெரியும். இவற்றால் எல்லாம் சாதாரண மக்களுக்கு பெரிய நன்மை இல்லை. சிலவற்றால் தீமைதான்.

நாட்டில் மிக அதிக அளவில் உணவு தானியங்கள் விளைவிக்கப் பட்டால், பல கோடி மீட்டர் துணிகள் உற்பத்தியானால் அவை எல்லாம் ஜிடிபி வளர்ச்சிதான். ஆனால், அப்படி விளைவிக்கப் பட்டவை, உற்பத்தியானவை எல்லாம் அப்படியே வெளிநாடுகளுக்கு ஏற்றுமதி செய்யப்படுகிறதென்று வைத்துக்கொள்வோம். அதில் கிடைக்கும் வருமானத்தை, லாபங்களை அந்நிறுவனங்கள் அவர்களது வங்கிக்கணக்குகளில் அப்படியே போட்டு வைத்துக்கொண்டாலும் அல்லது அந்தத் தொகைக்கு அப்படியே வெளிநாடுகளில் இருந்து தங்கம் வாங்கி வைத்துக்கொண்டாலும் எல்லாம் ஜிடிபி-ன் வளர்ச்சியாகவே பார்க்கப்படும். ஆனால் அவற்றால் பொதுமக்களுக்கு நன்மை இல்லை. வளர்ச்சி வராது.

நிறுவனங்களில் ஆட்குறைப்பு செய்யப்படுவது, அவர்களுக்கு ஒரே அளவு உயர்த்தப்படாத ஊதியங்கள் கொடுப்பது போன்றவற்றை எல்லாம் ஜிடிபி எண்கள் கணக்கிடாது, காட்டாது.

பங்குச்சந்தை, குதிரைப்பந்தயம், கேளிக்கைகள், விருந்துகள் என்று எது நடந்தாலும் அது ஜிடிபி-ல் பிரதிபலிக்கும். மொத்தத்தில் அது எவ்வளவு உருவானது என்று காட்டும். ஆனால், என்ன உருவானது? இப்போதைய நிலை என்ன? போதுமா போதாதா? வேண்டியது உற்பத்தியாகிறதா அல்லது வேறு ஏதும் உற்பத்தி ஆகிறதா? என்றெல்லாம் ஜிடிபி காட்டாது. ஆகவே ஜிடிபி வளர்ச்சி என்பது நாட்டின் பொருளாதார வளர்ச்சியைக் காட்டுமே தவிர, பரந்துபட்ட மக்களுக்கு எவ்வாறு பகிர்ந்து அளிக்கப் பட்டது, யாருக்கு எவ்வளவு கிடைத்தது என்று காட்டாது. அவற்றைக் காட்டும் விதத்தில் அது கணக்கிடப்படுவதில்லை.

ஒரு நாட்டின்வளம் பெருகுகிறதா, வளர்ந்து வருகிறதா என்பதெல்லாம் சரிதான். ஆனால், உற்பத்தியான பொருள்களும் சேவைகளும் எவ்வளவு நபர்களுக்குக் கொடுக்கப்பட்டது என்பதும் முக்கியம். ஜிடிபி என்ற அளவீட்டு முறை அதைக் காட்டுவ தில்லை.

## இந்தியாவின் ஜிடிபி அளவு

ஒட்டுமொத்த ஜிடிபி என்றால் இந்தியா உற்பத்தி செய்வது கிட்டத் தட்ட 2.83 லட்சம் கோடி. டாலர் மதிப்பு 70 ரூபாய் வீதம், 198 லட்சம் கோடி ரூபாய்கள் மதிப்பிலான பொருள்களும் சேவைகளும். இது பெரிய தொகைதான். ஆனால், 130 கோடி மக்கள் தொகையிருக்கிற நம் நாட்டின் மொத்த ஜிடிபி அளவை வைத்து நாம் வளர்ந்திருக்கிறோம் என்று சொல்வது சரியில்லை. குறைவான மக்கள் தொகையுள்ள நாடுகளுடன் ஒப்பிடுவது சரியில்லை.

டாலர் என்று பொதுவாகக் குறிப்பிட்டால் அது அமெரிக்க டாலரைத் தான் குறிக்கிறது. ஆங்கிலத்தில் USD என்பார்கள்.

பில்லியன் டாலர் = 100 கோடி டாலர்கள். (டாலர் மதிப்பு 70 ரூபாய் இருந்தால், 1 பில்லியன் டாலர் என்பது 7,000 கோடி இந்திய ரூபாய்கள்.)

மில்லியன் டாலர் = 10 லட்சம். (டாலர் மதிப்பு 70 ஆக இருக்கும் போது, 1 மில்லியன் டாலர் என்றால் 7 கோடி ரூபாய்.) முகேஷ் அம்பானியின் 40 பில்லியன் டாலர்கள் என்பது, 2.8 லட்சம் கோடி இந்திய ரூபாய்கள்.

டிரில்லியன் டாலர் = லட்சம் கோடிகள். (டிரில்லியன் டாலர் என்றால், எழுபது லட்சம் கோடிகள்.)

நடப்பு ஆண்டு உற்பத்தியை அடிப்படை ஆண்டு விலைமதிப்பில் பார்க்கும்போது அது, கடந்த ஆண்டு உற்பத்தி மதிப்பைவிட, 5.5 சதவிகிதம் அதிகம். இதை, உலக அளவில், பல்வேறு நாடுகளின் வளர்ச்சி சதவிகிதங்களுடன் ஒப்பிட்டால் நல்ல வளர்ச்சிதான். 196 நாடுகளில் இந்தியா வேகமான வளர்ச்சி என்ற அடிப்படையில் முதல் ஐந்து இடங்களுக்குள் வருகிறது. ஓராண்டுக்கு முன்பு, சில காலாண்டுகளில் முதல் இடத்தில்கூட இருந்திருக்கிறது.

ஆனால் இந்த 5.5 சதவிகித வளர்ச்சி என்பது, கடந்த ஓராண்டுடன் ஒப்பிட்டால் வருவது. இந்த வளர்ச்சி குறித்து முடிவிற்கு வருவதற்கு முன்பு, சென்ற ஆண்டு வளர்ந்ததே போதுமான அளவு தானா? என்ற கேள்வியும் கேட்டுக்கொள்ளவேண்டும். எனவே முந்தைய ஆண்டைவிட அடுத்த ஆண்டில் இவ்வளவு வளர்ந்திருக்கிறோம் என்று அதை எடுத்துக்கொள்வதுவரை சரி. இது போதுமான வளர்ச்சிதானா என்பதற்கான பதில், 'ஜிடிபி குரோத் ரேட்' கிடையாது.

## பெர்கேப்பிடா ஜிடிபி

ஒரு நாட்டின் மொத்த உள்நாட்டு உற்பத்தி மதிப்பை, அந்த நாட்டு மக்களின் எண்ணிக்கையால் வகுத்தால் வருவது, தனிநபர்களின் சராசரி ஜிடிபி. இதை பெர்கேப்பிடா ஜிடிபி (Percapita GDP) என்றழைக்கிறார்கள்.

உலகில் உள்ள மொத்த நாடுகளின் எண்ணிக்கை 196. பெர்கேப்பிடா ஜிடிபி வரிசையில் இந்தியா பின்னால் இருக்கிறது. பின்னால் என்றால், பத்து, இருபதாவது இடங்களில் அல்ல. 142 வது இடத்தில் இருக்கிறது. 'மக்கள் தொகை அதிகம். அதனால்தான் இப்படி...' என்று காரணம் சொல்லலாம்.

## பெர்கேப்பிடா என்றால்...

'எங்களிடம் மொத்தம் 100 பிஸ்கெட்டுகள் இருந்தன. கூடியிருந்த பத்து பிள்ளைகளுக்கும் அவற்றைக் கொடுத்தோம்' என்று எவரேனும் சொன்னால், சராசரியாக பிள்ளை ஒன்றுக்கு 10 பிஸ்கெட்டுகள் கொடுக்கப்பட்டன என்ற முடிவு சரிதானா?

ஒருகால் கொடுத்தவர் இப்படிக் கொடுத்திருக்கிறார் என்று வைத்துக் கொள்வோம். ஒரு பிள்ளைக்கு 35 பிஸ்கெட்டுகள். மற்றொரு பிள்ளைக்கு 25 கொடுக்கிறார். மீதம் இருக்கும் 40 பிஸ்கெட்டுகளில், முப்பதை வேறு மூன்று பிள்ளைகளுக்குக் கொடுக்கிறார். இப்படியாக 90 பிஸ்கெட்டுகளை ஐந்து பிள்ளைகளுக்கு கொடுத்து முடித்துவிட்டு மீதமிருக்கும் 10 பிஸ்கெட்டுகளை மட்டும் மற்ற 5 பிள்ளைகளுக்கு ஆளுக்கு இரண்டு வீதம் கொடுக்கிறார்.

நூறை பத்தால் வகுத்து, சராசரியாக ஆளுக்குப் பத்து பிஸ்கெட் கணக்கு வருகிறது என்று சொல்வதுதான் பெர்கேப்பிடா ஜிடிபி. உண்மையில் யாருக்கு எவ்வளவு கிடைத்தது என்பதற்கும் பெர்கேப்பிடா ஜிடிபி க்கும் தொடர்பில்லை.

அடுத்த ஆண்டு, 120 பிஸ்கெட்டுகள் கிடைக்கிறது. கடைசி ஐந்து பிள்ளைகளுக்கும் முன்போலவே தலைக்கு இரண்டு மட்டும் கொடுத்துவிட்டு, ஏனைய 110 பிஸ்கெட்டுகளை முதல் ஐந்து பிள்ளைகளுக்குக் கொடுத்தால்? அப்படிப் பிரித்துக் கொடுத்துவிட்டு, இந்த ஆண்டு சராசரியாக பிள்ளை ஒன்றுக்கு 11 பிஸ்கெட் வருகிறது. இது பத்து சதவிகித வளர்ச்சி என்று சொன்னால்?

சராசரி ஜிடிபி இவ்வளவு அவ்வளவு என்று சொல்வதும், அது தொடர்ந்து உயர்கிறது என்று சொல்வதும் இப்படிப்பட்டதுதான்.

## சரியில்லாத சராசரி

ஜிடிபி-ல் மட்டுமல்ல. இந்த சராசரி என்பதை வைத்து பலவற்றிலும் முடிவெடுக்கிறார்கள். சராசரி வளர்ச்சி, சராசரி செலவு, சராசரி உற்பத்தி, சராசரி மதிப்பெண் என்று சொல்லி, பலவற்றையும் சுலபமாகக் கடந்து போகிறோம். சராசரி என்றால் என்ன என்பதுபற்றி கொஞ்சம் கூடுதலாகத் தெரிந்துகொள்ளவேண்டியது அவசியம். சராசரிகள் மொத்தம் மூன்று வகைப்படும்.

1. அரித்மெட்டிக் மீன்- Arithmetic mean.

2. மோட்- Mode.

3. மீடியன்- Median.

பொது வாழ்க்கையில் பலவற்றுக்கும் பயன்படுத்தப்படும் சராசரிகள் எல்லாமே முதல்வகையான 'மீன்' எனப்படும் 'அரித்திமெட்டிக் மீன்'தான்.

மேலே பார்த்ததுபோல மொத்தத் தொகைகளையும் மொத்த எண்களால் வகுத்துக் கண்டுபிடிப்பது, 'அரித்திமெட்டிக் மீன்'. உதாரணத்திற்கு, ஐந்து பாடத்திலும் சேர்த்து ஒரு மாணவன் 380 மதிப்பெண்கள் பெற்றிருக்கிறான். அவன் சராசரியாக பாடம் ஒன்றுக்கு எழுபத்தாறு மதிப்பெண்கள் பெற்றிருக்கிறான் என்று சொல்வது வழக்கம். அவன் பெற்ற மதிப்பெண்கள் பாட வாரியாக கீழே கொடுக்கப்பட்டுள்ளது போல இருக்கிறது என்று வைத்துக் கொள்வோம்.

| | |
|---|---|
| தமிழ் | 40 |
| ஆங்கிலம் | 40 |
| கணிதம் | 100 |
| அறிவியல் | 100 |
| சமூகவியல் | 100 |

'அரித்மெட்டிக் மீன்' வழிமுறையில் கணக்கிட்டால், அவனுடைய 'சராசரி' மதிப்பெண் 72. இந்த சராசரி, அவன் மொழிப் பாடங்களில் 40 வாங்கியதைப் பிரதிபலிக்கவில்லை. மற்றும், ஏனைய பாடங்களில் நூற்றுக்கு நூறு வாங்கியதையும் பிரதிபலிக்கவில்லை. இதுதான் இந்த வகை சராசரியின் பெரிய குறைபாடு.

இரண்டாவது வகையின் பெயர் 'மோட்'. இருக்கும் எண்களிலேயே அதிகமுறை வரும் ஒரே ஓர் எண்ணை, இதுதான் சராசரி என்று

எடுத்துக்கொள்ளும் முறை. பெரும்பான்மை என்பது சரி என்பார்கள் அல்லவா. அப்படிப்பட்டது இந்தக் கணக்கீடு முறை. 'மோஸ்ட் ரிபீடெட் நம்பர்' - Most repeated number என்ற வகையில் கணக்கிடப்படுகிறது.

மேலே பார்த்த மாணவனின் மதிப்பெண்களின் 'மோடு' என்பது 100. காரணம், ஐந்து பாடங்களில் அந்த மாணவன் பெற்ற பலவிதமான மதிப்பெண்களில், 100 என்கிற மதிப்பெண்தான் அதிகமுறை வருகிறது. அதாவது மூன்று பாடங்களில் அவன் எடுத்திருப்பது. அதனால் அந்த மாணவனின் சராசரி (மோட்) மதிப்பெண், 100.

என்ன இது! இப்படி ஒரு சராசரியா? என்று வியப்படைய வேண்டாம். மாணவனின் மதிப்பெண்களைப் பொருத்தவரை சராசரி கண்டுபிடிக்க இந்தமுறையைப் பயன்படுத்த மாட்டார்கள். சில குறிப்பிட்ட கணக்குகளைத் தவிர மற்றவற்றில் இந்த வகை சராசரி ஒத்துவராது.

அதே போல முதலில் பார்த்த 'அரித்மெட்டிக் மீன்' சராசரியும் எல்லா இடங்களுக்கும் ஒத்து வராது. உதாரணத்திற்கு ஒரு காலணிகள் விற்கும் நிறுவனத்தின் முதலாளி எந்த அளவு காலணிகளை அதிக அளவில் கொள்முதல் செய்து ஸ்டாக் வைத்திருக்க வேண்டும் என்று திட்டமிடுவதற்கு அவர் பார்க்க வேண்டிய சராசரி எது?

**'மோட்'**

காலணிகளின் அளவு என்பது இன்ச்களில் குறிப்பிடப்படுவது. 'சைஸ்' என்பார்கள். 5, 6, 7, 8, 9, 10,11, 12 இன்ச் என்பதுபோல பல்வேறு அளவுகளில் அவருடைய கடையில் காலணிகள் விற்பனையாகும். 'அரித்மெட்டிக் மீன்' படி பார்த்தால் இந்த எண்களை எல்லாம் கூட்டி, எட்டால் வகுக்க வேண்டும். அப்படிச் செய்தால் வருவது 8.5 இன்ச். காலணிகளில் அப்படி ஒரு 'சைஸ்' கிடையாது. அவர் ஒவ்வொரு வகையிலும் எந்த அளவு காலணியை அல்லது ஷூக்களை ஸ்டாக் வைத்துக்கொள்ளவேண்டும் என்பதைக் கண்டுபிடிக்க, இரண்டாவது வகை சராசரியான 'மோட்' தான் சரிவரும்.

அவர் முதலில் ஒவ்வொரு வகையிலும் கடந்த சில மாதங்களில் விற்பனையான காலணிகளின் எண்ணிக்கையை, அளவுகள் வாரியாகப் பிரித்து எழுதிக்கொள்ளவேண்டும். உதாரணத்திற்கு அவர் ரப்பர் சிலிப்பர்கள் வகையின் விற்பனையை எடுத்து எழுதுகிறார் என்றால் கீழ்கண்டவாறு எழுதிக்கொள்ளவேண்டும்.

| அளவு - இன்ச்களில் | விற்பனையான ஜோடிகள் |
|---|---|
| 5 | 5 |
| 6 | 3 |
| 7 | 4 |
| 8 | 16 |
| 9 | 4 |
| 10 | 1 |
| 11 | 0 |
| 12 | 0 |

மேற்கண்ட தகவல்களில் இருந்து கிடைக்கும் தகவல் இதுதான். ஐந்தாம் எண் ஸ்லிப்பர் ஐந்து ஜோடி விற்றிருக்கிறது. 6ம் எண், மூன்று ஜோடி. 7ம் எண் சைஸ் விற்றது நான்கு ஜோடிகள். இருக்கும் சைஸ் களிலேயே அதிகம் விற்பனையானது 8ம் எண் ஸ்லிப்பர்தான். அதுதான் 16 ஜோடிகள் விற்றிருக்கிறது. விற்பனை எண்ணிக்கை களிலேயே அதிகம் என்றால் 16 தான். எனவே 8ம் எண்தான் அந்தப் பட்டியலில், 'மோஸ்ட் ரிபீடெட் நம்பர்'. அப்படியென்றால், அவர் கடையில் விற்பனையாகும் காலணிகளின் சராசரி அளவு 8.

| அளவு - இன்ச்களில் | விற்பனையான ஜோடிகள் |
|---|---|
| 5 | 5 |
| 6 | 3 |
| 7 | 4 |
| 8 | 16 |
| 9 | 4 |
| 10 | 1 |
| 11 | 0 |
| 12 | 0 |

இந்த அளவு நாட்டுக்கு நாடு வேறுபடலாம். உயரமானவர்கள் அதிகம் இருக்கும் தேசங்களில் 8ம் எண்ணுக்குப் பதிலாக 9 அல்லது 10ம் எண் மோடு ஆக இருக்கலாம். ஜப்பானில் 8க்கு பதில் 6கூட அதிகம் விற்கலாம்.

## 'மீடியன்'

'மோட்' மற்றும் அதன் பயன்பாடு குறித்து பார்த்தது போதும். இனி மூன்றாவது வகை சராசரியான 'மீடியன்' குறித்துப் பார்ப்போம். இதை விவரிப்பதற்காகத்தான் இந்தப் பகுதியே. 'மீடியன்' என்ற சராசரிதான், 'பெர்கேப்பிடா இன்கம்' போன்றவற்றுக்குப் பயன்படுத்தவேண்டிய சராசரி என்று நிறுவத்தான் இவ்வளவு விளக்கங்களும்.

சாலைகளின் நடுவே, நீளவாக்கில், ஒரு தடுப்புச் சுவர் அல்லது கம்பிகள் வைக்கப்பட்டிருப்பதைக் கவனித்திருப்பீர்கள். சில சாலைகளில் தடுப்பிற்குப் பதிலாக மஞ்சள் அல்லது வெள்ளை நிறத்தில் கோடு வரைந்திருப்பார்கள். அதன் பெயர் மீடியன் என்று சொல்வதும் உங்களுக்குத் தெரியும். அந்தத் தடுப்புக்கு மீடியன் என்று பெயர் வரக் காரணம், அது சாலையை குறுக்குவாட்டில் இரண்டு சரிபாதியாகப் பிரிப்பதுதான்.

ஆம். மீடியன் என்றால் சரிபாதி.

அப்படித்தான் பல்வேறு புள்ளிவிவரங்களை வைத்துக்கொண்டு சராசரி கணக்குகள் சரி பாதிக்குக் கீழே இருப்பது, சரி பாதிக்கு மேல் இருப்பது அல்லது இரண்டுக்கும் நடுவில் இருப்பது எது என்று வரிசைப்படுத்திய பின் முடிவுக்கு வருவது. இந்தமுறையைக் கண்டுபிடித்தவர் பெயர் மீடியன்.

## 'மீடியன் வேஜ்' கணக்கிடும் முறை:

உதாரணத்திற்கு ஒரு நிறுவனத்தில் 11 நபர்கள் வேலை செய்கிறார்கள். அந்த நிறுவனத்தில் வேலை செய்கிறவர்களின் மொத்த மாதச் சம்பளம், 99400 ரூபாய். பணியாற்றும் அனைத்து ஊழியர்களையும் அவர்களது ஊதிய அளவுப்படி வரிசைப்படுத்தவேண்டும். மிகக் குறைவான ஊதியம் பெறுகிறவர்கள் முதலில். அடுத்தடுத்துக் கூடுதல் ஊதியம் பெறுகிறவர்கள். இறுதியாக மிக அதிகமான அளவு ஊதியம் பெறுகிறவர்கள். அதிகபட்சமாக, தலைமை செயல் அதிகாரி 25,000 ரூபாயும், கடைநிலை ஊழியர் 3,900 ரூபாயும் சம்பளமாகப் பெறுகிறார்கள். மற்றவர்கள் சம்பளத் தொகைகள் இவற்றுக்கு இடைப்பட்ட தொகைகளில்.

மீடியன் என்றால் சரி பாதி என்று பார்த்தோம். இந்த நிறுவனத்தின் 'மீடியன் வேஜ்' என்பது மொத்தப்பட்டியலில் இருக்கும் நபர்களின் எண்ணிக்கையில் சரி பாதியில் இருப்பவருடைய ஊதியம். மொத்தம் இருக்கும் நபர்கள் மேலே காட்டப்பட்டிருப்பது போல ஒற்றைப்

படையில் இருந்தால், மொத்தப் பட்டியலை யும் இரண்டு பாகங்களாகப் பிரித்துவிட்டு, நடுவில் இருப்பவரின் ஊதியத்தை எடுத்துக்கொள்வது. 11 நபர்கள் இருந்தால், 6 வது நபர். காரணம், அவரைவிட அதிக ஊதியம் வாங்குபவர்கள் 5 பேர். அவரைக் காட்டிலும் குறைவாக வாங்குபவர்களும் 5 பேர். அவர்தான் நடுவில்.

| | |
|---|---|
| முதல் நபர், CEO | 25,000 |
| இரண்டாவது நபர் | 24,000 |
| மூன்றாவது நபர் | 12,000 |
| நான்காவது நபர் | 8,000 |
| ஐந்தாவது நபர் | 5,000 |
| ஆறாவது நபர் | 4,550 |
| ஏழாவது நபர் | 4,400 |
| எட்டாவது நபர் | 4,350 |
| ஒன்பதாவது நபர் | 4,300 |
| பத்தாவது நபர் | 3,900 |
| பதினொன்றாவது நபர் | 3,900 |
| **மொத்தம் சம்பளத் தொகை** | **99,400** |

மொத்த நபர்களின் எண்ணிக்கை இரட்டைப்படையில் (2,4,6,8,10 போல) இருந்தால், N/2+1 என்கிற சூத்திரம் - ஃபார்முலாவைப் பயன்படுத்த வேண்டும். மொத்த நபர்கள் தான் N. அதை 2 ல் வகுத்து ஓர் எண்ணைக் கூட்டிக்கொள்ளவேண்டும். 30 பேர் இருந்தால் 30/2=15. அதோடு +1. அதனால் 16. 16வது நபரின் ஊதியம் அங்கே மீடியன் வேஜ்.

மேலே பார்த்த உதாரணத்தில், மீடியன் சம்பளம் என்பது, ஆறாவது நபரின் சம்பளமான 4550. அந்த நிறுவனத்தில் சரிபாதியினர் ரூ 4,550 க்கு அதிகமாகவும், மற்றொரு பாதியினர் ரூ 4,550க்கு குறைவாகவும் சம்பளம் வாங்குகிறார்கள். இந்த நிறுவனத்தில் வேலை செய்கிறவர் களின் சராசரி சம்பளம் எவ்வளவு என்று கேட்டால்,

‘அரித்மெட்டிக் மீன்’ முறைப்படிக் கணக்கிட்டால், ரூ 9,036 (99,400/11),
‘மோடு ‘முறைப்படிக் கணக்கிட்டால், ரூ. 3,900 (3,900 மட்டும்தான் ஒரு நபருக்கு மேல் வழங்கப்படுகிறது),
மீடியன் முறைப்படிக் கணக்கிட்டால், ரூ 4,550.

ஒரு சராசரி என்பது உண்மை நிலைக்கு அருகில் இருக்கவேண்டும். காரணம், அதை வைத்துத்தான் நிலைமை எப்படி இருக்கிறது, மாற்றங்கள் தேவையா இல்லையா என்றெல்லாம் விவாதிக்க, முடிவெடுக்க இயலும்.

## ‘பெர்கேப்பிடா ஜிடிபி’

2019ம் ஆண்டில் நம் நாட்டின் மொத்த உள்நாட்டு உற்பத்தி மதிப்பு சுமார் 2.83 டிரில்லியன் அமெரிக்க டாலர்கள். ஒரு டிரில்லியன் என்றால், ஒரு லட்சம் கோடி. 2.83 டிரில்லியன் டாலர்கள் என்பதை இந்திய ரூபாய்களாகக் கணக்கிட்டுப் பார்த்தால் மொத்தம் ஒரு டாலர் மதிப்பு ரூபாய் 75 வீதம், 212 லட்சம் கோடி ரூபாய்கள்.

இந்த மொத்த ஜிடிபி தொகையை நாட்டில் இருக்கும் மக்கள் எண்ணிக்கையால் வகுத்தால் வருவது, ‘பெர்கேப்பிடா ஜிடிபி’ என்று முன்பே பார்த்தோம். (அரித்மெட்டிக் மீன்). உலக வங்கியின் டிரேடிங் வலைத்தளம் கொடுக்கும் இந்தியாவின் பெர்கேப்பிடா ஜிடிபி கடந்த பல ஆண்டுகளாக தொடர்ந்து உயர்ந்துகொண்டே போகிறது.

| இந்தியாவின் பெர்கேப்பிடா ஜிடிபி - யு.எஸ் டாலர்களில் | |
|---|---|
| 2010 | 1357.6 |
| 2011 | 1410.4 |
| 2012 | 1469.2 |
| 2013 | 1544.6 |
| 2014 | 1640.2 |
| 2015 | 1751.7 |
| 2016 | 1874.2 |
| 2017 | 1987.3 |
| 2018 | 2104.2 |

## ‘பெர்கேப்பிடா இன்கம்’

பெர்கேப்பிடா ஜிடிபி கூடப் பரவாயில்லை. நாட்டில் மக்கள் அனைவரும் பெறும் வருமானத்தை, மக்கள் தொகை எண்ணிக்கையால் வகுத்து (அரித்மெட்டிக் மீன்), வரும் தொகையை, ‘பெர்கேப்பிடா இன்கம்’ (தனி நபர் சராசரி வருமானம்) என்று கணக்கிடுகிறார்கள். அதுவும் தொடர்ந்து உயர்கிறது.

விக்கிபீடியாவில் இருக்கும் தகவல்படி, *2019-20*ம் ஆண்டில் இந்தியாவின் சராசரி தனி நபர் ஆண்டு வருமானமான பெர்கேப்பிடா இன்கம், ரூபாய் *1,35,048*. இந்தத் தொகையை *12* ஆல் வகுத்தால், மாத வருமானம் தெரியவரும். மாத பெர்கேப்பிடா வருமானம் ரூபாய், *11,254*.

இதன் பொருள், சராசரியாக ஒவ்வொரு இந்தியனும், *2019-20*ம் ஆண்டில் மாதம் ஒன்றுக்கு பதினோரு ஆயிரத்து *254* ரூபாய் வருமானம் பெற்றார் என்பதாகும்!

அதற்கு முந்தைய சில ஆண்டுகளின் பெர்கேப்பிடா வருமானங்கள் எவ்வளவு என்று பார்க்க, அதே முறையில், டாலர் மதிப்பு *70* ரூபாய் வீதம் கணக்கிட்டால் வரும் வருமானங்கள் கீழே உள்ள அட்டவணையில்.

| | தனிநபர் வருமானம் | | |
|---|---|---|---|
| **ஆண்டு** | **ஆண்டுக்கு ரூபாய்** | **மாதம் ரூபாய்** | **உயர்வு சதவிகிதம்** |
| *2016-17* | *103000* | *8583* | |
| *2017-18* | *113500* | *9458* | *10 %* |
| *2018-19* | *125408* | *10451* | *10 %* |
| *2019-20* | *135048* | *11254* | *08 %* |

இன்னும் *5* ஆண்டுகளில் இந்தியா, ஐந்து டிரில்லியன் டாலர் பொருளாதாரம் ஆகும்போது, இந்த தனிநபர் வருமானம் என்பது இரட்டிப்பாகி, மாதம் *22,000* ரூபாய் ஆகிவிடும் என்கிறார்கள். ஐந்து லட்சம் கோடி அமெரிக்க டாலர்கள் ஆகிவிட்டால், தனிநபர் சராசரி *22,000*ரூபாய் என்பது சாத்தியம்தான். ஆனாலும் பலனில்லை. காரணம், முன்பே பார்த்ததுதான். இந்த ஒவ்வொருவருக்கும் *22,000* என்பது வெறும் பேப்பர் கணக்கு. உண்மை நிலையில்லை. உண்மையில் யாருக்கு எவ்வளவு கிடைத்தது என்பதை, பெர்கேப்பிடா இன்கம் கணக்கிடும் 'அரித்மெட்டிக் மீன்' சராசரி காட்டாது.

கேலப் என்ற நிறுவனம் செய்த ஓர் ஆய்வின்படி (Gallup Survey), *2017*ம் ஆண்டில், இந்தியர்களின் சராசரி மீடியன் வருமானம் *616* யு.எஸ் டாலர்கள். டாலர் *70* ரூபாய் வீதம் கணக்கிட்டால், மாதம் ஒன்றுக்கு இந்தியர்கள் பெற்ற மீடியன் வருமானம் ரூபாய், *3,593*.

மீடியன் 3,593 என்றால், சரிபாதி எண்ணிக்கையிலான இந்தியர்கள், மாதம் ஒன்றுக்குப் பெற்றது ரூபாய் 3,593 க்கும் குறைவு. ஆம். மீடியன் என்பது சரிபாதியினர் பெறும் தொகை அல்ல. சரிபாதியினர் எவ்வளவிற்கும் கீழ் பெறுகிறார்கள் என்பதைக் காட்டும் சராசரி. அப்படியென்றால், எவ்வளவோ நபர்கள் மாதம் ரூபாய் 3,593 க்கும் குறைவாக வருமானம் பெற்றிருக்கிறார்கள் என்று பொருள். அந்த ஆய்வு செய்யப்பட்ட 131 நாடுகளில், 616 டாலர் என்பது 99வது இடத்தில்.

அதே ஆய்வில் பிரிக்ஸ் நாடுகளின் மீடியன் தனிநபர் வருமானங்கள் எவ்வளவு தெரியுமா?

பிரேசில், ரஷ்யா, இந்தியா, சீனா மற்றும் தென் ஆப்ரிக்கா ஆகிய முளைத்தெழும் பொருளாதாரங்கள் (எமர்ஜிங் எக்கானமீஸ்) இருக்கும் ஐந்து நாடுகளின் கூட்டமைப்புதான் 'பிரிக்ஸ்' நாடுகள்.

ரஷ்யா (ஆண்டுக்கு $ 29,181) மாதம், 1,70,223 ரூபாய்

பிரேசில் (ஆண்டுக்கு $ 15,259) மாதம், 41,032 ரூபாய்

சீனா ( ஆண்டுக்கு $ 16,785) மாதம், 97,913 ரூபாய்

தென் ஆப்ரிக்கா ( ஆண்டுக்கு $ 12,999) மாதம், 75,828 ரூபாய்

இந்தியா (ஆண்டுக்கு $ 7,034) மாதம், 41,032 ரூபாய்

பிரிக்ஸ் நாடுகளிலேயே இந்தியாவில்தான் மீடியன் தனிநபர் வருமானம் குறைவு.

இந்தப் பட்டியலில் முதலிடத்தில் லக்ஸ்சம்பர்க் உள்ளது. அதன் சராசரி தனிநபர் வருமானம் ஆண்டுக்கு $1,29,103 (மாதம் ரூபாய் 7,53,101). சுவீடன் ஆண்டுக்கு $ 101376. புருண்டிதான் கடைசி. அந்நாட்டில் சராசரி தனிநபர் வருமானம் ஆண்டுக்கு $ 782 ஆகும். ரூபாய் கணக்கில் மாதம் எவ்வளவு என்று பார்த்தால்தானே இந்தியா எங்கே இருக்கிறது என்பது தெரியும்.

சொல்ல வருவது இதைத்தான். அரித்மெட்டிக் மீன் என்ற சராசரியைப் பார்க்கவேண்டாம். மக்களின் தனிநபர் வருமானம் எவ்வளவு என்று பார்ப்பதற்கு மீடியன் பரவாயில்லை. அடுத்த ஐந்து ஆண்டுகளில் இந்தியா 5 டிரில்லியன் டாலர் பொருளாதாரம் ஆகட்டும். அதைக் காட்டிலும் முக்கியமாக, அடுத்த ஐந்து ஆண்டுகளுக்குள் நமது சராசரி தனிநபர் வருமானத்தின் மீடியன் எவ்வளவாக இருக்கப்போகிறது? அதை எவ்வளவாக உயர்த்த வேண்டும்? என்பது போன்ற குறிப்பிட்ட இலக்குகள் வைத்துக்கொண்டு, இந்தியா நகரவேண்டும்.

எவ்வாறு மாதம், 3.593 ரூபாய் மீடியனுக்கும் குறைவாக வருமானம் பெறுகிறவர்கள் இருக்கிறார்களோ அதேபோல, அதற்கும் அதிகமான வருமானம் பெறுகிறவர்கள் மற்றொரு 50 சதவிகிதம் மக்கள் இருக்கிறார்கள்.

3,593 க்கும் அதிகமாக என்றால், அந்தத் தொகை ஒன்றும் 5000, 10,000 என்பதுபோல ஓரளவு மட்டுமே கூடுதலாக இருக்காது. 2019ம் ஆண்டில் இந்தியாவில் இருக்கும் டாலர் பில்லியனர்கள் எண்ணிக்கை 78. டாலர் பில்லியனர் என்றால், 7,000 கோடி ரூபாய்களுக்கும் மேல் செல்வம் வைத்திருப்பவர்கள். அவர்களையும் சேர்த்துத்தான் மாத மீடியன் இன்கம், 3,593. அப்படிப்பட்டவர்களைத் தனியாக சராசரி தனிநபர் வருமானம் காட்டாது. வறுமைக்கோட்டிற்குக் கீழ் இருப்பவர்களையும் காட்டாது.

### மீடியன்கூட போதாது

அந்த விதத்தில் மீடியனேகூட, மக்கள் இருக்கும் பல்வேறு பொருளாதார நிலைகளை சரியாகப் பிரதிபலிக்கும் கண்ணாடி இல்லை. எத்தனை பேர் பாஸ், எத்தனை பேர் பெயில் என்று சொல்வது போலகூட இல்லை. அதனால் ஒன்றுக்கும் மேற்பட்ட வருமான அளவுகளில் எவ்வளவு மக்கள் இருக்கிறார்கள் என்று கணக்கெடுக்க வேண்டும். உதாரணத்திற்கு, 2015ம் ஆண்டு எடுக்கப்பட்ட அப்படிப்பட்ட ஒரு கணக்கு பற்றிய விவரம் இணையத்தில் இருக்கிறது. தனிநபர் வருமானங்கள் அல்ல. குடும்பங்களின் மாத வருமானங்கள்.

| குடும்பத்தின் மாத வருமானம் | - மக்கள் தொகையில் சதவிகிதம் |
| --- | --- |
| ரூ. 0 - 5,000 | 22.1% |
| ரூ. 5,000 - 7500 | 25.4% |
| ரூ. 7500 - 10,000 | 20.1% |
| ரூ. 10,000 - 20,000 | 19.6% |
| ரூ. 20,000 - 50,000 | 10.98% |
| ரூ. 50,000 - 1,00,000 | 1.8% |
| ரூ. 1,00,000 மேல் | 0.2% |

இப்படிப்பட்ட கணக்குகள் எடுப்பதுடன், எவ்வளவு குடும்பங்களை எப்போதைக்குள் எந்த அளவு வருமானம் கிடைக்கும் அளவு செய்ய வேண்டும் என்கிற இலக்குகள் உருவாக்கி, அவற்றை மக்களுக்கும் தெரியப்படுத்தி, அதைச் செய்வதற்கான முயற்சிகள் வேண்டும்.

இப்போது அரசு உட்பட பலரும் கவனிக்கும், அக்கறைகாட்டும் ஜிடிபி-யும் அதன் வளர்ச்சி வேகமும் கூடினால் மட்டும் போதாது. மக்கள் அனைவருக்கும் குறைந்தபட்ச தேவைகள் நிறைவேற வேண்டும். அப்படிப்பட்ட பரந்துபட்ட மக்களின் தேவைகள் இருக்கும் நிலை மற்றும் அது நிறைவேறும் அளவு, வேகம் முதலியவற்றைக் காட்டும் புதிய குறியீடுகள் உருவாக்கப்பட வேண்டும். குறிப்பாக நம் தேசத்திற்கு, நம் மக்கள் நலன்களுக்கு ஏற்ற புதிய குறியீட்டு எண்கள் உருவாக்கவேண்டும்.

எது அளக்கப்படுகிறதோ, அதுவே முன்னேற்றம் காணும் என்பார்கள். அவசியமான பலவும் அளக்கப்படாததால்தான், நாடு விடுதலை அடைந்து 73 ஆண்டுகள் ஆனபின்பும் ஏழ்மை, பசி, நோய்கள், கல்வியறிவு இன்மை போன்றவை இருக்கின்றன. இவற்றுக்கு தீர்வு தேவை.

### மாற்றுக் குறியீட்டு எண்கள்

ஏற்கெனவே உலக அளவில் குறிப்பாக ஐக்கிய நாடுகள் சபையால் கணக்கிடப்பட்டு வெளியிடப்படும் சில வேறுவகை குறியீட்டு எண்கள் உண்டு.

**சோஷியல் புரோகிரஸ் இன்டெக்ஸ் - SPI :** ஐரோப்பிய ஒன்றியத்தில் இந்தக் குறியீட்டு எண்ணைக் கணக்கிட்டு வெளியிடுகிறார்கள். இதைத் தமிழில், 'சமுதாய முன்னேற்றக் குறியீட்டு எண்' என்று மொழிபெயர்க்கலாம் டென்மார்க் போன்ற தேசங்கள், இந்தக் குறியீட்டு எண் வளர்ச்சியில் முதல் இடங்களில் இருக்கின்றன. ஜிடிபி-ல் முதல் 5 இடங்களுக்குள் இருக்கும் யு.எஸ் (அமெரிக்கா) இந்தச் சமுதாய முன்னேற்றக் குறியீட்டு எண்ணின்படி உலக அளவில், பதினெட்டாவது இடத்தில்தான் இருக்கிறது.

**வேர்ல்ட்வைடு கவர்னென்ஸ் இன்டெக்ஸ் - WGI:** 1996 முதல் தற்போது வரை அரசியல் ஸ்திரத்தன்மை, அரசாங்கத்தின் செயல்திறன் மற்றும் ஊழலைக் கட்டுப்படுத்துதல் உள்ளிட்ட நிர்வாகத்தின் ஆறு முக்கிய பரிமாணங்களை வழங்குகிறது.

**ஹியூமன் டெவலப்மெண்ட் இன்டெக்ஸ்- HDI :** மனித வளர்ச்சியின் மூன்று அடிப்படை அம்சங்களான 1. நீண்ட மற்றும் ஆரோக்கியமான வாழ்க்கை, 2. கல்வி அறிவு, 3. ஓரளவிலான தரமான வாழ்க்கைத் தேவைகள் ஆகிய மூன்றிலும் மக்கள் அடைந்திருக்கும் சராசரி நிலையை பிரதிபலிக்கும்வகையில் HDI குறியீடு வடிவமைக்கப் பட்டுள்ளது.

**ரூல் ஆப் லா இன்டெக்ஸ்** - Rule of law index : மனித உரிமைகள் மற்றும் நியாயமாக நடக்கும் சட்டப்பூர்வ நடவடிக்கைகள் குறித்த குறியீட்டு எண்.

**ஜெனியூன் பிராஃரெக்ஸ் இன்டெக்ஸ்** - GPI : ஜெனியூன் பிராஃரெக்ஸ் இன்டெக்ஸ். ஜிடிபி எவ்வளவு என்று கணக்கிட்டு, அதிலிருந்து எதிர்மறை விளைவுகள் ஏற்படுத்தும் சிலவற்றின் மதிப்புகளைக் கழித்தபின் கிடைக்கும் நேர்மறை அளவை மட்டும் காட்டும் குறியீடு.

**ஹாப்பி பிளானட் இன்டெக்ஸ்** - HPI: மக்களின் மகிழ்ச்சி, ஆயுட்காலம், சமத்துவம், சுற்றுப்புறச் சூழல் ஆகியவற்றைக் கணக்கிடும் குறியீட்டு எண்.

இதுபோன்ற நமக்கான புதிய குறியீட்டு எண் ஒன்றை உருவாக்க வேண்டும். அதற்கு முன் எவற்றையெல்லாம் நாம் கண்டிப்பாக செய்தாக வேண்டும் என்று ஒரு முடிவுக்கு வரவேண்டும். அப்படிப்பட்ட ஒரு குறியீட்டு எண் உருவாக்குவதற்கு முன்பு, முக்கிய சிலவற்றைப்பற்றி மறு ஆய்வு செய்து முடிவுகள் எடுக்கவேண்டும். அப்படிப்பட்ட முக்கியமான சிலவற்றுள் கீழ்கண்டவையும் இருக்கவேண்டும்.

1. நம் நாட்டிற்கு சில பல பத்தாண்டுகளுக்குள் நிச்சயம் செய்ய முடிக்கப்படவேண்டியவை எவை?
2. எவற்றை அரசு மட்டுமே செய்யவேண்டும்?
3. எவற்றை தனியார் மட்டும் செய்யவேண்டும்?
4. எவற்றை அரசும் மக்களும் செய்யத் தேவையில்லை?
5. எவற்றை அரசும் மக்களும் சேர்ந்து செய்யவேண்டும்?
6. எவற்றையெல்லாம் சந்தைப் பொருளாதாரத்தில் இருந்து விலக்க வேண்டும்?
7. எவை கண்டிப்பாக அரசின் கட்டுப்பாட்டில் இருக்க வேண்டும்?
8. எந்தப் பொருள்களின் உற்பத்தி மற்றும் நுகர்வு நிறுத்தப்பட வேண்டும்?
9. எந்தப் பொருள்களின் உற்பத்தி மற்றும் நுகர்வு குறைக்கப்பட வேண்டும்?
10. எந்தத் துறையில் தனியார் எவ்வளவுக்கு மேல் விரிவாக்கம் செய்யக்கூடாது?
11. எந்தத் துறைகளுக்கு எவ்வளவு செய்வது என்பதற்கான வரையறை என்ன?

12. எவரிடமிருந்து வரி வசூல் செய்யலாம்?

13. எவர்களிடமிருந்து வரி வசூலிக்கக்கூடாது?

14. எவ்வளவு காலத்திற்கு எதில் எவ்வளவு செலவு செய்து, எப்படி முன்னேற்ற வேண்டும்?

15. முன்னேற்றத்தின் அடையாளங்கள் என எவற்றை எடுத்துக் கொள்வது?

**உலக வங்கி மற்றும் வேறு சில அமைப்புகள் வெளியிடும் பல்வேறு குறியீடுகளில் இந்தியா இருக்குமிடம்.**

1. குளோபல் ஹெல்த் இன்டெக்ஸ்-ல் 2017ம் ஆண்டில் இந்தியா 100வது இடத்தில் உள்ளது.
2. ஹியூமன் டெவலப்மெண்ட் இன்டெக்ஸ்-ல் 2017ம் ஆண்டு பட்டியலில் இந்தியா 130வது இடத்தில் உள்ளது.
3. ஹெல்த் இன்டெக்ஸ்-ல் சிங்கப்பூரும் ஜப்பானும் முதல் இடத்தில். இந்தியா 108 வது இடத்தில் உள்ளது.
4. வறுமைக் குறியீட்டில் இந்தியா 49 வது இடத்தில் உள்ளது. தென்னாப்பிரிக்காதான் அதிக வறுமை விகிதம் உள்ள நாடு.
5. ஹூயூமன் டெவலெப்மெண்ட் இன்டெக்ஸ்-ல் முதல் இடத்தில் நார்வே நாடு. இந்தியா 130வது இடம்.
6. இந்தியாவில் பெண்களின் சராசரி கல்வி ஆண்டுகள் 4.8. முன்னிலையில் இருக்கும் ஸ்விட்சர்லாந்தில் 13.9 ஆண்டுகள்.
7. சத்தான உணவு கிடைக்காமல் குட்டையாகிப் போகும் 5 வயதுக்குக் குறைவான பெண்குழந்தைகள் - இந்தியாவில் 37.9 சதவிகிதம் (ஆஸ்திரேலியாவில் 2 சதவிகிதம்).
8. இந்தியாவில் 5 வயதுக்கும் குறைவான குழந்தைகள் இறப்பு 1000க்கு 43. நார்வேயில் 1000க்கு 2.6.
9. இளைஞர்களுக்கு வேலையில்லாத நிலை என்பதில் இந்தியா மற்ற நாடுகளைக் காட்டிலும் பரவாயில்லை. இந்தியாவில் 10.5%. சவுதி அரேபியாவில் 34%.

# 10

## என்ன செய்யவேண்டும்?

உலகில் மனிதர்கள் தோன்றி சில லட்சம் ஆண்டுகள் ஆகின்றன. விலங்குகள், பிற கொடிய விஷமுள்ள உயிரினங்கள், கோவிட் 19 உள்ளிட்ட பல கொள்ளை நோய்கள், இயற்கைச் சீற்றங்கள், வறட்சி, ஆகியவற்றால் மனிதர்கள் பெரிய அளவுகளில் அழிந்திருக்கிறார்கள். தவிர, போர்களும் மனித குலத்தை அழித்திருக்கின்றன.

சிந்திக்கத் தெரிந்த மனிதர்கள் தொடர்ந்து முயன்றதன் விளைவாக அப்படிப்பட்ட ஆபத்துக்கள் பலவற்றை மனிதன் அவன் கட்டுப் பாட்டுக்குள் கொண்டுவந்துவிட்டான். இன்னமும் முழுதாக நிலையாக வென்றுவிடவில்லை என்றாலும் அப்படிப்பட்ட ஆபத்துகளைப் புரிந்துகொண்டாயிற்று. தடுக்க வழிகள் தெரியும். பெரும் இயற்கை சீற்றங்கள், புதிய நோய்கள், அணுஆயுதப் போர்கள் தவிர, மற்றவை கட்டுப்பாட்டில்தான் இருக்கின்றன.

இப்படிப்பட்ட நிலையில், இந்த நூற்றாண்டில் மனிதன் உட்பட்ட உயிரினங்களுக்கு பூமியில் உருவாகிக்கொண்டிருக்கும் புதிய அச்சுறுத்தல்கள் குறித்துத்தான் இந்தப் புத்தகத்தின் பல்வேறு அத்தியாயங்களில் பார்த்தோம். அவற்றைச் சுருக்கமாகவும், அவற்றைத் தடுக்க அரசுகள், அமைப்புகள், மக்கள் என்ன செய்யவேண்டும் என்பனவற்றையும் இந்த அத்தியாயத்தில் பார்ப்போம்.

அறிவியல் முன்னேற்றம் காரணமாக கருவிகள் செய்து, மின்சாரம் போன்றவற்றைக் கண்டுபிடித்ததன் விளைவு, அதீதப் பொருள் நுகர்வு. வாழ்நாள் நீட்டிக்கப்பட்ட, பெருகும் மனித கூட்டத்தின்

பேராசை காரணமாக, பூமியிலிருந்து மிக வேகமாக பல்வேறு வளங்களும் உறிஞ்சப்படுகிறது. அதனால் சுற்றுப்புறச் சூழல் கெட்டு, பல லட்சம் ஆண்டுகளாக இணைந்து வாழ்ந்து வந்த பல்வேறு உயிரினங்களும் அழியும் நிலை உருவாகியிருக் கிறது. தவிர, எதிர்கால சந்ததியினர் வாழத் தகுதியற்ற ஒரு பூமியை விட்டுச் செல்லப்போகும் ஒரு தலைமுறையினராக நாம் வாழ்ந்து கொண்டிருக்கிறோம். அவர்களுக்கான பொருள்களையும் வளங்களையும் நாம் நம் சுயநலத்துக்காகப் பயன்படுத்துகிறோம். அதீதப் பொருள் நுகர்வைத் தடுத்து நிறுத்தவல்ல, விழிப்புணர்வு, பொறுப்புணர்வு மற்றும் உடனடி நடவடிக்கைகள் குறைவாக இருக்கின்றன.

'விலை குறைவு', 'உருவாக்கல் எளிது', 'பயன்படுத்துதல் சுலபம்', 'பலவற்றிலும் பயன்படுத்தமுடியும்' என்பது போன்ற காரணங்களால் வரவேற்பு பெற்று, மிக வேகமாகவும் அதிகமாகவும் வளர்ந்து, உலகெங்கும் நீக்கமற நிறைந்துவிட்ட மிக ஆபத்தான ஒரு பொருள், பிளாஸ்டிக். பயன்பாட்டுக்குப் பின் இவை சென்று சேரும் இடங்களான மண், கடல் மற்றும் ஆறுகளை பெருமளவில் மாசுபடுத்தி, உயிரினங்களின் பயன்பாட்டிற்கு தகாததாக ஆக்கி, மேலும் வியாதிகளையும் மற்ற கெடுதல்களையும் உண்டாக்குகிறது.

உலகில் உள்ள அனைவருமே அன்றாட வாழ்க்கையில் வேறுபட்ட அளவுகளில் பிளாஸ்டிக்கைப் பயன்படுத்துவதாலும், அதன் கழிவின் அளவு மிக அதிகமாகவும், பயன்படுத்துவோர் அந்தக் கழிவை பிற கேடு செய்யாத மற்றும் மக்கும் கழிவுகளில் இருந்து பிரித்துக் கொடுக்காததாலும், பிளாஸ்டிக்கால் ஏற்படும் கேடுகளைத் தடுப்பது சுலபமாக இல்லை. பிளாஸ்டிக் பயன்பாட்டால் உண்டாகும் கேடுகள் குறித்து விழிப்புணர்வு ஓரளவு வந்துவிட்டாலும், அவற்றை முற்றிலும் தவிர்க்க, பயன்பாட்டைக் குறைக்க இயலாமல் உலகெங்கிலுமே அரசுகள், தன்னார்வ அமைப்புகள் மற்றும் மனிதர்கள் தவித்து வருகிறார்கள்.

அதீத பொருள்களைப் பயன்படுத்துதல் மற்றும் மக்காத பிளாஸ்டிக் போன்ற பொருள்களை பூமி மற்றும் கடலில் சேர்ப்பதால் ஏற்படும் கேடுகளைத் தடுக்க கொள்கை முடிவுகள் தவிர, மக்களின் முழு ஒத்துழைப்பு தேவை. ஆனால், அலட்சியம் மற்றும் சோம்பல் காரணமாக எளிதாகச் செய்யக்கூடிய குப்பைகளைப் பிரித்துக் கொடுக்கும் வேலைகளைக்கூடச் செய்ய மக்கள் தயாராக இல்லை என்பது வருத்தத்திற்குரியது.

புதியவை, பெரியவை, விலை உயர்ந்தவைகளைப் பயன்படுத்துவது தான் பெருமை, சமூக அந்தஸ்து என்று நினைப்பவர்கள் நம் தலைமுறையில் அதிகம். நுகர்வு கலாச்சாரம் தவிர நுகர்வினால்தான் பொருளாதார வளர்ச்சியே என்ற சித்தாந்தத்தால் உந்தப்பட்டு, உருவாக்கும் பொருள்களை அதிக காலம் பயன்படுத்தும் விதம் மற்றும் பழுதானால் சரி செய்து மீண்டும் பயன்படுத்தும் விதங்களில் உருவாக்குவதில்லை. பொருள்களை பழுது பார்த்துப் பயன்படுத்து வது மிகக்குறைவு. எல்லாவற்றிலும் வேகமான மாற்றம் எதிர்பார்க்கும் மனப்போக்கு வந்திருக்கிறது. 'யூஸ் அண்ட் த்ரோ' பழக்கம் பெருகி குப்பைகள் மலைகளாகக் குவிகின்றன. பலருக்கும் குப்பைகள் உருவாவது பற்றியோ, அதன் விளைவுகள் குறித்தோ ஏதும் தெரியவில்லை. கவனமில்லை.

மக்களின் இப்படிப்பட்ட ஆடம்பர வாழ்க்கை முறைகளாலும், அவ்வப்போது செய்யவேண்டியவற்றை சோம்பல் காரணமாக செய்யாமல் விட்டுக்கொண்டிருப்பதாலும் எதிர்கால உலகம் கேள்விக்குறியாக்கப்பட்டுக் கொண்டிருக்கிறது. மாசுபடும் பூமி, வானம், காற்று, நீர் என அனைத்தும் வருங்கால சந்ததியினரை மிக அதிகமாக பாதிக்கப் போகிறது. இந்தத் தலைமுறையினர் நினைத்தால், மாறினால், அவர்களது செயல்பாடுகளை மாற்றினால், மீதமிருக்கும் எதிர்காலத்தவர் நலன்களைப் பாதுகாக்க முடியும்.

அறிவியல் முன்னேற்றங்கள் காரணமாக தொடர்ந்து பல கண்டுபிடிப்புகள் செய்யப்பட்டுக் கொண்டே இருக்கின்றன. பல் வேறு கண்டுபிடிப்புகள் மூலம் மனிதர்களின் சிரமங்களை வெகுவாகக் குறைத்துவிட்டார்கள். பல லட்சம் ஆண்டுகளாக மனிதர்கள் அவர்களது தேவைகளுக்காக அவர்களே செய்து கொண்டிருந்த பலவற்றைச் செய்ய, தக்க உபகரணங்கள் உருவாக்கியிருக்கிறார்கள். அவை பலகோடி மனிதர்களுக்கு பெரும் பயன்கொடுக்கிறது.

தொடர்ந்து நடைபெறும் கண்டுபிடிப்புகளால், குறைவான மனிதர்களைக் கொண்டு பலவற்றையும் செய்து முடிக்க முடிகிறது. மேலும், மனிதர்கள் அவர் தம் கைகளால் கால்களால் செய்வதைக் காட்டிலும் சிறப்பாகவும் நேர்த்தியாகவும் வேகமாகவும் தரமாகவும் உற்பத்தி செய்யும் இயந்திரங்களை மனிதன் உருவாக்கிவிட்டான்.

இப்படியே தொடரப்போகும் இந்த மாற்றங்களின் அடுத்த கட்டம், மனிதர்கள் இல்லாமல் பலவும் செய்யப்பட இருக்கின்றன என்பதுதான். இதன் விளைவுகள் இரண்டு விதங்களாக இருக்கப்போகிறது. ஒரு விளைவு என்பது, சிறப்பான உற்பத்தியாக

இருக்கும். மற்றொரு விளைவு, பெரும்பான்மையான மக்களுக்கு வேலை இல்லாத நிலை ஏற்படப்போகிறது. அப்படிப்பட்ட ஒரு நிலை வரும்போது உலகில் உள்ள உழைக்கும் மக்கள், உழைப்பை மட்டுமே மூலதனமாகக் கொண்டு வாழ்பவர்கள், திண்டாடப் போகிறார்கள். பசித்திருக்கவேண்டிய நிலை வரும்.

நூலறுந்த, கையைவிட்டு நழுவி, வானில் பறந்து கொண்டிருக்கும் பட்டம்போல அறிவியல் ஆராய்ச்சிகள் அடுத்து அடுத்து என திசையின்றிப் போய்க்கொண்டேயிருக்கின்றன. ரோபோக்கள்மீது பெருமைகொள்ளும் சமுதாயம், மனிதனை வேலைகளில் இருந்து முற்றிலுமாக அகற்றும் கண்டுபிடிப்புகளை எப்படி நிறுத்தப் போகிறது! யார் எப்படி முடிவுகள் எடுத்து எப்படி நடைமுறைப் படுத்தி இதன் நியாயத்தை உணர வைக்கப் போகிறார்கள் என்று தெரியவில்லை!

மனிதன் செய்வதுபோலவே செய்ய இயந்திரங்கள் கண்டு பிடித்தவுடன் திருப்தி அடையாமல், மனிதர்கள் சிந்திப்பது போலவே சிந்திக்கும் திறனையும் இயந்திரங்களுக்குக் கொடுக்க முயற்சிகள் செய்து, அதில் ஓரளவு வெற்றியும் பெற்றிருக்கும் நிலையில், 'இனி அதுதான்; செயற்கை நுண்ணறிவுதான்' என்று பரபரப்பாக சில அமைப்புகள் இயங்கிக்கொண்டிருக்கின்றன.

மனிதனைவிட சிந்தனையில் கூடுதல் திறனுள்ள, அழிவற்ற ரோபோக்களை உருவாக்கிவிட்டால், மனிதர்கள் கதி என்ன ஆகும் என்ற கேள்விகள் அச்சுறுத்துகின்றன. அறிவியலாளர் ஸ்டீபன் ஹாக்கிங் போன்றோரும் இது குறித்து எச்சரிக்கிறார்கள். நல்ல வேளையாக இந்தத் தொழில்நுட்பம் இன்னும் பரவலாகவில்லை. சிலர் முடிவெடுத்து நிறுத்தினால் போதும் என்ற நிலையில்தான் இருக்கிறது. செய்வார்களா?

பெரிய நிறுவனங்கள் தடையில்லாமல் வளருகின்றன. திட்டமிட்டு சிறிய நிறுவனங்களை பல்வேறு விதங்களில் அழிக்கின்றன. இவற்றைப்பற்றி யோசிக்காமல், தயக்கமின்றி, அவர்களது தற்காலிக லாபங்களால் கவரப்பட்டு மக்கள் பெரிய நிறுவனங்களின் பக்கம் போகிறார்கள். பெரிய நிறுவனங்களின் போட்டிகளைச் சமாளிக்க முடியாமல், சிறிய நிறுவனங்கள் கொத்துக் கொத்தாக மடிந்து வருகின்றன. சந்தை மாறுகிறது. பெரிய நிறுவனங்களால் நிறைகிறது.

இதனால் பெரிய நிறுவனங்கள் தருவதை மட்டுமே அது தரும் விலைகளில் நிபந்தனைகளுடன் மட்டுமே மக்கள் பெற்றுக் கொள்ள

வேண்டிய காலம் நெருங்கிக்கொண்டிருக்கிறது. அந்த நிலை இன்னும் வந்துவிடவில்லை. ஆனால், அவற்றுக்கு இதுவரை தடைகள் ஏதும் உருவாக்கப்படவில்லை என்பது உண்மை. இந்த நிலை மாறவேண்டும்.

சில பெரு நிறுவனங்கள் மட்டுமே தேவையானவற்றைத் தரும் நிலை ஏற்பட்டால் அவை அவற்றின் சௌகரியத்திற்காக பலவாறாக இருக்கும் பொருள்கள் மற்றும் சேவைகளை சிலவாகக் குறைத்து, பின்பு ஒன்றிரண்டு மட்டுமே என்றாக்கிவிடும். அதேபோல, அவர்களுக்கு பொருள் கொடுக்கும் 'சப்ளை' நிறுவனங்களின் எண்ணிக்கையையும் குறைத்துவிடும். இதனால் பல லட்சம் ஆண்டுகளாக இருந்து வந்த உலகின் பன்முகத்தன்மை அழிந்து விடும். மீட்டுருவாக்கம் செய்யவிடாமல் பல்வேறு விதமான தாவரங்கள், விலங்குகள் போன்ற உயிரினங்கள் மற்றும் உற்பத்திப் பொருள்கள் அழிந்து விடும். வாடிக்கையாளர்களுக்கும் தேவையான வற்றை வாங்க வேறு வாய்ப்புகள் இருக்காது. பின் எப்போதும் அவற்றை மீட்டுருவாக்கம் செய்ய இயலாது.

தற்போது இருக்கும் சட்டங்கள் வழிமுறைகள் போன்றவற்றால் உருவாகியிருக்கும் பொருளாதார ஏற்றத்தாழ்வுகள் குறைவதாகத் தெரியவில்லை. இருப்போருக்கும் இல்லாதவர்களுக்கும் நடுவில் இடைவெளி தொடர்ந்து அதிகரித்துக்கொண்டே போகிறது. செல்வந்தர்களிடம் பணம் அதிகம் சேர்கிறது. உழைக்கும் மக்களின் வருமானம் வளரவில்லை. ஆனால், விலைவாசி அதிகரிக்கிறது. இந்த நிலை தொடருமானால், சில லட்சக்கணக் கானவர்கள் மட்டும் உலகின் பல்வேறுவிதமான வளங்களையும் வசதிகளையும் அனுபவிக்க, ஏனைய கோடிக்கணக்கான மக்கள் வறுமையில் உழன்று, மடிய வேண்டிய நிலை வரும்.

தற்போது வளர்ந்த நாடுகளில் பின்பற்றப்படும் 'ஜிடிபி', 'பெர்கேப்பிடா இன்கம்' போன்றவற்றை உயர்த்தும் நோக்கோடு செயல்படும் இந்தியா உட்பட்ட வளரும் நாடுகள், அவர்கள் நாட்டு மக்களுக்குத் தேவையானவற்றைச் செய்து, அனைவருக்கும் தேவையான வசதிகள் செய்து கொடுக்கக்கூடிய வாய்ப்புகள் குறைவாகவே இருக்கின்றன.

பசுமை, வெண்மை, நீலப் புரட்சிகளுக்குப் பின்பும், உலகில் கோடிக்கணக்கானவர்கள் பட்டினியால் சாகும் அவலம் நடக்கிறது. அடிப்படை வசதிகளே இல்லாத மக்கள் ஒருபுறம். ஆடம்பரத்தின் உச்சங்களில் வேறு சிலர் மறுபுறம் என்று ஒரே மனித இனம் இருவேறு

கூறுகளாக வாழ்ந்து வருவது குறித்து குற்ற உணர்வோ, வெட்கமோ இல்லாமல் காலம் ஓடிக்கொண்டிருக்கிறது. இவற்றைச் சரி செய்ய முடியாது என்று சொல்லவில்லை. ஆனால், பிளாஸ்டிக் பயன்பாடு போன்ற ஒன்றிரண்டைத் தவிர மற்றவை குறித்து உலக அளவில், பெரிய கவனம் வந்ததாகவோ, நடவடிக்கைகள் எடுக்கப் படுவதாகவோ தெரியவில்லை.

அதனால் இந்திய அரசு, தற்போதைய ஜிடிபி, பெர்கேப்பிடா இன்கம் போன்ற அளவுகளுடன் 'பர்செண்டைல் இன்கம்' மக்களின் 'வெல்ஃபேர் இன்டெக்ஸ்' (உருவாக்கப்பட வேண்டிய ஒன்று) போன்றவற்றை இலக்குகளாக வைத்துக்கொண்டு செய்யப்பட்டால் மட்டுமே இந்த இடைவெளியைக் குறைத்து, நியாயம் செய்ய முடியும்.

**அவசரமாகச் செய்யவேண்டியவை:**

1. பொருள்களைக் குறைவாகப் பயன்படுத்துதல், பயன்படுத்திய வற்றை மறுபயன்பாடு செய்தல், பழுதுபார்த்துப் பயன்படுத்தல், மறுசுழற்சி செய்து பயன்படுத்தல் என்ற நான்கு R (Reduce, Reuse, Repair, Recycle) ஆகியவற்றுக்கு ஊக்கமளிக்கும் பொருளாதாரக் கொள்கைகள் வகுத்தல்.

2. குப்பைகளை, கழிவுகளைத் தனித்தனியே பிரித்துக் கொடுக்க, ஊக்கம் அளித்தல். பிரித்துக்கொடுக்காதவர்களுக்கு தண்டனை வழங்க வழிவகைகள் செய்தல்.

3. மக்காத, பிரிக்க சிரமம் தரும், மறுசுழற்சிக்கு ஒத்துவராத மெல்லிய வகை பிளாஸ்டிக்குகள் உற்பத்திக்கும் மற்றும் இறக்குமதிக்கும் தடை விதித்தல். வேறு சில வகைகளைப் பயன்படுத்த கட்டுப் பாடு மற்றும் பயன்பாட்டைக் குறைக்கக் அவற்றின் மீது கூடுதல் வரிகள் விதித்தல்.

4. உற்பத்திகளில், சேவைகளில் குறைந்தபட்சம் எவ்வளவு மனித உழைப்பை பயன்படுத்தப்பட வேண்டும்; மொத்த விலையில் குறைந்தபட்சம் எந்த அளவு உழைக்கும் மக்களுக்குக் கொடுக்கப் படவேண்டும் என்கிற சட்டங்களை உருவாக்குதல். இது குறித்த விழிப்புணர்வை உருவாக்கல்.

5. கார்ப்பரேட் நிறுவனங்களின் உற்பத்தியளவு, வரவு செலவு மற்றும் லாபங்களுக்கு 'இவ்வளவுதான். இதற்குமேல் கூடாது' என்ற வரையறைகள் உருவாக்கல். அதற்கான கருத்துகளை பரப்புதல்.

6. அதிக மனித உழைப்புக்கு வாய்ப்பு, வேலை வாய்ப்புத் தரும் வேலைகளை மனிதர்களுக்கு மட்டுமே என ஒதுக்கீடு செய்தல். அந்த வேலைகளைச் செய்துமுடிக்க இயந்திரங்கள் பயன் படுத்தத் தடை விதித்தல். அதற்கான கருத்துகளை பரப்புதல்.

7. குறிப்பிட்ட அளவுக்கு மேற்பட்ட பெரிய தனியார் துறை நிறுவனங்களில் அரசின் பிரதிநிதிகள் நியமிக்க வழி செய்யும் சட்டம் உருவாக்கல். மேலும் மருத்துவம், போக்குவரத்து, உணவு உற்பத்தி, வினியோகம் போன்ற துறைகளில் குறிப்பிட்ட அளவிற்கு மேல் வியாபாரம் செய்யும் தனியார் நிறுவனங்களில் மத்திய, மாநில அரசுகள் அந்நிறுவனப் பங்குகளை 5 முதல் 10 சதவிகிதம்வரை வாங்கி, நிறுவனங்களில் வாங்கி பங்குதாரர் ஆக வகை செய்தல்.

8. தனிநபர்கள் சொத்துக்களுக்கு உச்சவரம்பு கொண்டுவருதல்.

9. செயற்கை நுண்ணறிவு முயற்சிகள் எவற்றில் எவ்வளவு இருக்கலாம் என்று கட்டுப்பாடு உருவாக்கும் அமைப்புகளை உலக நாடுகளுடன் இணைந்து உருவாக்கல். அத்தகைய அமைப்புகள் விதிக்கும் கட்டுப்பாடுகளை அனைத்து நாடுகளும் கடைப் பிடிக்கும் விதமாக ஐக்கிய நாடுகள் சபை போன்ற அமைப்புகளில் வலியுறுத்தல். மீறும் நாடுகள்மீது பொருளாதாரத் தடைகள் உட்பட்ட நிர்ப்பந்தங்கள் கொடுத்தல்.

10. குறிப்பிட்ட ஆண்டுகளுக்குள் மக்கள் அனைவரும் குறைந்த பட்சம் என்ன வசதிகளோடு, எவ்வளவு வருமான நிலைகளில் இருக்கவேண்டும் என்பதை முடிவு செய்தல்; அதை ஆண்டு இலக்குகளாக்கி, அவற்றில் உண்டாக்கும் முன்னேற்றம் குறித்து கண்காணிக்க உதவும் விதத்திலான குறியீட்டு எண்கள் உருவாக்கல்.

இவைகளை எல்லாம் இன்னும் ஒன்றிரண்டு ஆண்டுகளுக்குள் செய்து முடிக்க வேண்டும். இல்லையேல் இதுவரை இருந்து வந்த, உலகம், மக்கள், மகிழ்ச்சி, அமைதி, ஆரோக்கியம் என பலவும் மறைந்து போகும் ஆபத்து நிறையவே இருக்கிறது.

எச்சரிக்கை. விரைந்து செயல்படுவோம்.

# பின் இணைப்புகள்

## 1. உலகை அச்சுறுத்தும் ஐம்பெரும் ஆபத்துகள்

| செயல் | விளைவு | பாதிப்பு |
|---|---|---|
| 1. பிளாஸ்டிக் பயன்பாடு | மக்காத மறுசுழற்சி செய்ய முடியாத பொருள்கள் | சுற்றுப்புற சூழல், மண், கடல், உயிரினங்கள் பாதிப்பு |
| 2. அதீத பொருள்கள் பயன்பாடு | பூமியிலிருந்து அதிகமாக வெட்டி எடுப்பது; காடுகள் அழிப்பு | சுற்றுப்புறச் சூழல், மண் கடல், உயிரினங்களுக்கு கெடுதல், உலகம் வெப்பமயமாதல் |
| 3. அதீத இயந்திர மயமாக்குதல் | மக்களுக்கான வேலை வாய்ப்புகள் பறிபோதல் | சுயமரியாதை மற்றும் சிந்திக்கும், சம்பாதிக்கும் வாய்ப்புகள் பறிபோதல் |
| 4. சில நிறுவனங்கள் மிகமிகப் பெரு நிறுவனங்கள் ஆவது | அதிகாரக் குவிப்பு | சாதாரண மக்களுக்கான சுதந்திரம், வாய்ப்புகள் பறிபோதல் |
| 5. சிலர் மிகப்பெரும் பணக்காரர்கள் ஆவது | பெரும்பாலான மக்களுக்கு வறுமை | பணக்காரர்கள் செய்யும் உதவிகளை எதிர்பார்க்கும் நிலைமைக்குப் போய் விடுவது. பாதிக்கப்படுதல் சமூக மற்றும் மனித நீதி. |

# 2. எலெக்ட்ரானிக் கழிவுகள்

எலெக்ட்ரானிக் பொருள்களின் மறுசுழற்சி என்பது பூமியின் எதிர்காலத்திற்கு மிக முக்கியமான ஒன்று. மொபைல் போன்கள், பழைய கம்ப்யூட்டர்கள், தொலைக்காட்சி பெட்டிகள், 'பிரிண்டர்'கள் மற்றும் பிற எலெக்ட்ரானிக் பொருள்களை மறுசுழற்சி செய்வது அவசியம். டர்டில் விங்ஸ் (Turtle wings) என்கிற நிறுவனம் எலெக்ட்ரானிக் கழிவுகள் குறித்துத் தெரிவிக்கும் சில தகவல்கள் வருமாறு.

உலகளவில் ஒவ்வொரு ஆண்டும் 20 முதல் 50 மில்லியன் மெட்ரிக் டன் எலெக்ட்ரானிக் கழிவுகள் உருவாக்கப்படுகின்றன.

அபாயகரமானதாகக் கருதப்படும் எலெக்ட்ரானிக் பொருள்கள் என்பதில் Cathode ray tubes கொண்ட எல்சிடி டெஸ்க்டாப் மானிட்டர்கள், எல்சிடி தொலைக்காட்சிகள், பிளாஸ்மா தொலைக் காட்சிகள், எல்சிடி திரைகளைக் கொண்ட போர்ட்டபிள் டிவிடி பிளேயர்கள் ஆகியவற்றைக்கொண்ட தொலைக்காட்சிகள் மற்றும் கணினி மானிட்டர்கள் ஆகியவை வரும் இவை தவிர இன்னும் சிலவும் இருக்கின்றன.

ஒரு கம்ப்யூட்டரை மற்றும் மானிட்டரைத் தயாரிக்க, 539 பவுண்ட் கேடு ஏற்படுத்தும் எரிபொருள், 48 பவுண்ட் கெமிக்கல்ஸ் மற்றும் 1.5 டன் தண்ணீர் பயன்படுத்தப்படுகிறது.

80 முதல் 85% எலெக்ட்ரானிக் பொருள்கள், பூமியின் நிலப்பரப்புகளில் புதைக்கப்படும்போதும் அல்லது பர்னேஸ் எனப்படும் அடுப்புகளில் எரிக்கப்படும்போதும் சில நச்சுக்களை காற்றில் விடுவிக்கின்றன.

எலெக்ட்ரானிக் கழிவு என்பது, அமெரிக்காவில் வேகமாக வளர்ந்து வரும் நகராட்சி கழிவு.

'ஈ வேஸ்ட்' என்று பெயரிடப்பட்டவற்றில் ஏராளமானவை உண்மையில் குப்பைகள் அல்ல. அவற்றில் இருக்கும் பல மின்னணு

பாகங்கள் உடனடி மறுபயன்பாட்டிற்கு அல்லது பயனுள்ள பொருள்கள் மீட்புக்கு மறுசுழற்சி செய்யக்கூடியவை.

அமெரிக்காவை மட்டும் கணக்கில் எடுத்துக்கொண்டால், எலெக்ட்ரானிக் கழிவுகள் அதன் மொத்தக் குப்பைகளில் 2 சதவிகிதம். சில குப்பைகள் மட்டுமே நச்சுத்தன்மை உள்ளவை. மொத்த நச்சுத்தன்மை இருக்கும் கழிவுகளைக் கணக்கிட்டால் அதில் எலெக்ட்ரானிக் கழிவுகளின் அளவு 70 சதவிகிதம். எலெக்ட்ரானிக் குப்பைகளில் இருக்கும் ஈயத்தின் அளவு மனிதர்களின் மத்திய மற்றும் புற நரம்பு மண்டலங்கள், ரத்தம் மற்றும் சிறுநீரகங்களில் சேதத்தை ஏற்படுத்தும்.

எலெக்ட்ரானிக் கழிவுகளில் 12.5 சதவிகிதம் மட்டுமே தற்போது மறுசுழற்சி செய்யப்படுகிறது.

செல்போன்கள் மற்றும் பிற மின்னணு பொருள்களில் தங்கம் அல்லது வெள்ளி போன்ற விலைமதிப்பற்ற உலோகங்கள் அதிக அளவில் உள்ளன. அமெரிக்கர்கள் ஒவ்வொரு ஆண்டும் 6 கோடிக்கும் அதிகமான தங்கம் / வெள்ளி கொண்ட மொபைல் போன்களை குப்பைகளாகக் கொட்டுகிறார்கள்.

மறுசுழற்சி செய்யப்படும் ஒவ்வொரு பத்து லட்சம் செல்போன்களுக்கும் 35,274 பவுண்ட், தாமிரம்; 772 பவுண்ட், வெள்ளி; 75 பவுண்ட், தங்கம்; மற்றும் 33 பவுண்ட் பல்லேடியத்தை மீட்டெடுக்க முடியும். (ஒரு பவுண்ட் என்பது, 453 கிராம். கிட்டத்தட்ட அரைக் கிலோ).

பத்து லட்சம் மடிக்கணினிகளை மறுசுழற்சி செய்வதன் மூலம், ஒரு வருடத்தில் 3,657 அமெரிக்க வீடுகளில் பயன்படுத்தும் மின்சாரத்திற்குச் சமமான மின்சக்தியைச் சேமிக்கமுடியும்.

# 3. கிரீன்ஹவுஸ் விளைவு

**கிரீன் ஹவுஸ் எபெக்ட்**

சூரியனில் இருந்து பூமிக்கு ஏராளமான கதிர்வீச்சுகள் வருகின்றன. கதிர்வீச்சுகளில் சில கண்ணுக்குத் தெரியும் ஒளி வடிவத்தில் இருக்கின்றன. மேலும் அல்ட்ரா வயலெட், அல்ட்ரா ரெட் கதிர்களாகவும் மற்றும் கண்ணுக்குத் தெரியாத பிறவகை கதிர்வீச்சுகளாகவும் வருகின்றன. இப்படி பூமியைத் தாக்கும் கதிர்வீச்சுகளில் சுமார் 30 சதவிகிதம், மேகங்கள், பனி மற்றும் பிற பிரதிபலிக்கக்கூடிய மேற்பரப்புகள் உள்ளனவற்றால் விண்வெளிக்குத் திருப்பி அனுப்பப்படுகிறது. மீதமுள்ள 70 சதவிகிதம் பெருங்கடல்கள், நிலம் மற்றும் வளிமண்டலத்தால் உறிஞ்சப் படுகிறது. இப்படித் தங்கி விடுபவை பூமியை வெப்பப்படுத்துகின்றன.

**கிரீன்ஹவுஸ் வாயு**

ஒரு கிரீன்ஹவுஸ் வாயு என்பது வளிமண்டலத்தில் உள்ள இன்ப்ராரெட் கதிர்வீச்சை உறிஞ்சும் திறன் கொண்ட வாயுக் கலவை. இந்த வாயுக் கலவையானது அட்மாஸ்பியர் எனப்படும் வளி மண்டலத்தில் வெப்பத்தை தக்கவைக்கும். இதன் காரணமாக பூமி வெப்பமடைகிறது. இதை கிரீன்ஹவுஸ் எபெக்ட் என்கிறார்கள்.

**முக்கியமான கிரீன்ஹவுஸ் வாயுக் கலவைகள்**

நீராவி ($H_2O$), கார்பன் டை ஆக்சைடு ($CO_2$), மீத்தேன், மற்றும் நைட்ரஸ் ஆக்சைடு ஆகியவை மிக முக்கியமான பசுமை இல்ல வாயுக்கள். முன்பு குளிர்சாதனப் பெட்டிகளில் பயன்படுத்தப்பட்ட Chlorofluoro-carbons (CFCs), பெரிய அளவுகளில் கிரீன் ஹவுஸ் எபெஃக்டுக்கு காரணமாக இருந்ததாகச் சொல்லப்பட்டு, பின்பு சர்வதேச ஒப்பந்தங்கள் மூலம் அவற்றின் பயன்பாடு தடுக்கப்பட்டிருக்கிறது.

**கார்பன்டை ஆக்ஸைடு**

மரங்கள் வெட்டப்படும்போது, அவை ஒளிச்சேர்க்கைக்காக சேமித்து வைத்திருக்கும் கார்பனை வெளியிடுகின்றன. இந்தச் செயல்முறை ஆண்டுக்கு கிட்டத்தட்ட ஒரு பில்லியன் டன் கார்பனை வளிமண்டலத்தில் வெளியிடுகிறது என்கின்றன ஆய்வுகள்.

இந்தப் பருவ நிலை மாற்றத்தைத் தவிர்த்திருக்க முடியாதா? இந்தக் கேட்டைச் செய்யும் பலவும் தனிமனிதர்களின் சுகத்துக்காக உருவாக்கப் பட்டவை அல்லவா? ஆனால் இதன் இன்னும் ஒரு மோசமான பகுதி என்னவென்றால், அவற்றால் ஏற்படும் பாதிப்புகளை அந்த வசதியைப் பெறாதவர்களும் தாங்க வேண்டியிருக்கிறது. அவர்களும் கட்டணம் செலுத்துகிறார்கள். அவர்களுடைய பற்றாக்குறை பட்ஜெட்களிலிருந்து இதற்கு பணம் செலவழிக்க வேண்டியிருக்கிறது.

**எவை, எவ்வளவு கிரீன் ஹவுஸ் வாயு உருவாக்குகின்றன?**

உலகில் நடக்கும் நடவடிக்கைகள் அனைத்துமே ஏதாவது ஒரு விதத்தில் 'கிரீன் ஹவுஸ்' வாயுவை வெளியிடவே செய்கின்றன. உலகில் உருவாகும் கிரீன்ஹவுஸ் வாயுவை எந்தெந்த நடவடிக்கைகள் எவ்வளவு சதவிகிதம் (மொத்தம் 100 என்றால்) உருவாக்குகின்றன என்பதைக் காண்போம்.

விவசாயம், வனவியல் மற்றும் பிற நில பயன்பாடுகள் : 24%

மின்சாரம் மற்றும் வெப்ப உற்பத்தி : 25%

கட்டிடங்கள் : 6%

போக்குவரத்து : 14%

தொழிற்சாலைகள் : 21%

பிற மின் ஆற்றல்கள் : 10%

மனிதர்களால் ஏற்படும் கிரீன்ஹவுஸ் வாயுக்கள் புவி வெப்பமடை வதற்கு முக்கிய காரணம் என்று சிலர் நம்பவில்லை என்றாலும், பெர்ன்ஸ்டைன் மற்றபடி குறிக்கும் வரைபடங்களைக் காட்டினார். 1800களின் பிற்பகுதியிலும் 1950களில் தொழில்துறை புரட்சியின் போதும், போருக்குப் பிந்தைய உற்பத்தி பெருக்கம் இருந்தபோதும் அமெரிக்காவில் கிரீன்ஹவுஸ் வாயு அளவு அதிகரித்திருப்பதை தரவுகள் காட்டுகின்றன.

காலநிலை மாற்றத்தின் மூன்று விளைவுகள் - உயரும் கடல் மட்டங்கள், உயரும் வெப்பநிலை மற்றும் அதிகரித்த

மழைப்பொழிவு ஆகியவை மனித ஆரோக்கியத்தில் மிகப்பெரிய தாக்கத்தை ஏற்படுத்துகின்றன என்று பெர்ன்ஸ்டீன் கூறினார்.

கடல் மட்டங்கள் உயர்ந்து வருவதால், உப்பு நீர் நிலத்தடி நீர் அட்டவணைகளுக்குள் நுழைந்து குடிநீர் விநியோகத்தைக் கெடுக்கும், மற்றொரு மேலும் தாழ்வான பகுதிகளிலிருந்து மக்களை இடம் பெயரச் செய்யலாம். 'இடம்பெயர்ந்த மக்கள் மோசமான சுகாதார நிலைகளில் வாழ்கின்றனர்' என்று அவர் கூறினார்.

வெப்ப அலைகள் - புவி வெப்பமடைதலின் விளைவு - வெப்பம் தொடர்பான ஆயிரக்கணக்கான மரணங்களுக்கு வழிவகுக்கும். அதையும் மீறி, பிற சிக்கலான விளைவுகள் ஏற்படலாம்: பயிர் விளைச்சல், வறட்சி மற்றும் காட்டுத்தீக்கு பழுத்த வறண்ட நிலைகளில் குறைவு. காட்டுத்தீ, காடழிப்புக்கு வழிவகுக்கிறது. மரங்கள் வளிமண்டலத்தில் அதிகப்படியான கார்பன் டை ஆக்சைடை உறிஞ்சுவதால், குறைவான மரங்கள் வளிமண்டலத்தில் அதிக அளவு கிரீன் ஹவுஸ் வாயுக்களைக் குறிக்கின்றன - இதனால் வெப்பமான வெப்பநிலை வளிமண்டல அழிவை ஏற்படுத்தும் சுழற்சியை நிலைநிறுத்துகிறது.

ஆனால், கிரீன்ஹவுஸ் வாயு அளவைக் குறைப்பதன் முக்கியத்துவத்தை அரசாங்கங்களும் தனிநபர்களும் தீவிரமாக எடுத்துக்கொள்ளாதவரை புவி வெப்பமடைதலின் பேரழிவு விளைவுகளைத் தவிர்க்க முடியாது என்று அவர் குறிப்பிட்டார். புவி வெப்பமடைதல் பற்றிய உண்மைகள் மனச்சோர்வை ஏற்படுத்தும் அதே வேளையில், 'இந்த பிரச்னைகளில் சிலவற்றிற்கு நிச்சயமாக தீர்வுகள் உள்ளன' என்று பெர்ன்ஸ்டீன் கூறினார்.

*Source: www.hsph.harvard.edu/news/features/bernstein-greenhouse-gases-health-threat/*

# 4. பூமியில் இருந்து தொடர்ந்து வெட்டி எடுக்கப்படும் உலோகங்கள்- அதனால் ஏற்படும் சுற்றுப்புறச் சூழல் கேடுகள்

சுரங்கமானது பூமியிலிருந்து மதிப்புமிக்க தாதுக்கள் அல்லது பிற புவியியல் பொருள்களைப் பிரித்தெடுப்பது, பொதுவாக ஒரு தாது உடல், லோட், நரம்பு, மடிப்பு, ரீஃப் அல்லது பிளேஸர் வைப்பு ஆகியவற்றிலிருந்து பிரித்தெடுப்பது. இந்த வைப்புக்கள் சுரங்கத் தொழிலில் ஈடுபடுவோருக்கு லாபம் தருகின்றன.

சுரங்கங்களில் இருந்து எடுக்கப்படும் தாதுக்களில் உலோகங்கள், நிலக்கரி, எண்ணெய் ஷேல், ரத்தினக் கற்கள், சுண்ணாம்பு, பரிமாண கல், பாறை உப்பு, பொட்டாஷ், சரளை மற்றும் களிமண் ஆகியவை அடங்கும். வேளாண் செயல்முறைகள் மூலம் வளர்க்க முடியாத அல்லது ஓர் ஆய்வகத்திலோ அல்லது தொழிற்சாலையிலோ செயற்கையாக உருவாக்கப்பட முடியாதவற்றைப் பெற சுரங்கம் தேவை. சுரங்கத்தில் பெட்ரோலியம், இயற்கை எரிவாயு அல்லது நீர் போன்ற புதுப்பிக்க முடியாத எந்தவொரு வளத்தையும் பிரித்தெடுப்பதும் இந்த வகையிலேயே வரும்.

சுரங்க நடவடிக்கைகள் பொதுவாக சுரங்க நடவடிக்கைகளின்போது மற்றும் சுரங்கத்தை மூடிய பின் எதிர்மறையான சுற்றுச்சூழல் தாக்கத்தை உருவாக்குகின்றன. எனவே, உலகின் பெரும்பாலான நாடுகள் தாக்கத்தைக் குறைக்க விதிமுறைகளை நிறைவேற்றி யுள்ளன. வேலைசெய்வோரின் உயிர் பாதுகாப்பு நீண்ட காலமாக ஒரு கவலையாக உள்ளது. நவீன நடைமுறைகள் சுரங்கங்களில் பாதுகாப்பை கணிசமாக மேம்படுத்தியுள்ளன. சுற்றுச்சூழல் சிக்கல்களில் அரிப்பு, மடு துளைகளை உருவாக்குதல், பல்லுயிர் இழப்பு மற்றும் சுரங்கச் செயல்முறைகளில் இருந்து ரசாயனங்கள் மூலம் மண், நிலத்தடி நீர் மற்றும் மேற்பரப்பு நீர் மாசுபடுதல் ஆகியவை அடங்கும். ரசாயனங்கள் கசிவதால் ஏற்படும் மாசுபாடு முறையாகக் கட்டுப்படுத்தப்படாவிட்டால் உள்ளூர் மக்களின் ஆரோக்கியத்தையும் பாதிக்கும்.

கனிமம் அல்லது தாது ஆலைகள் பெரிய அளவிலான கழிவுகளை உருவாக்குகின்றன, அவை டைலிங்ஸ் என்று அழைக்கப்படுகின்றன. எடுத்துக்காட்டாக, ஒரு டன் தாமிரத்திற்கு 99 டன் கழிவுகள் உருவாக்கப்படுகின்றன. தங்கச் சுரங்கத்தில் இன்னும் அதிகக் கழிவுகள் உள்ளன - ஏனெனில் ஒரு டன் தாதுக்கு 5.3 கிராம் தங்கம் மட்டுமே எடுக்கப்படுகிறது. ஒரு டன் தங்கம் 200,000 டன் கழிவுகளை உற்பத்தி செய்கிறது. தொடர்ந்து எடுக்க எடுக்க, வளமான வைப்புக்கள் தீர்ந்துவிடும் - அதனால் டன் ஒன்றுக்கு வெறும் அரை கிராம் மற்றும் அதற்கும் குறைவாகக் குறைகிறது.

இந்தக் கழிவுகள் நச்சுத்தன்மையுள்ளவை. வழக்கமாக குழம்பாக உற்பத்தி செய்யப்படும் டைலிங்ஸ், இயற்கையாகவே இருக்கும் பள்ளத்தாக்குகளிலிருந்து தயாரிக்கப்படும் குளங்களுக்குள் கொட்டப் படுகின்றன. இந்தக் குளங்கள் அணைகள் அல்லது கட்டு அணைகள் மூலம் பாதுகாக்கப்படுகின்றன. 2000 ஆம் ஆண்டில் 3,500 டைலிங்ஸ் இம்பவுண்ட்மென்ட்கள் இருப்பதாக மதிப்பிடப்பட்டது, மேலும் ஒவ்வொரு ஆண்டும் 2 முதல் 5 பெரிய தவறுகள் மற்றும் 35 சிறிய தவறுகள் ஏற்படுகின்றன. எடுத்துக்காட்டாக, மார்கோப்பர் சுரங்கப் பேரழிவில் குறைந்தது 2 மில்லியன் டன் டைலிங்ஸ் ஓர் உள்ளூர் நதிக்குள் கலந்தது. 2015 ஆம் ஆண்டில், அர்ஜென்டினாவில் வெலடெரோ சுரங்கத்திற்கு அருகில் மொத்தம் ஐந்து ஆறுகளில் 1 மில்லியன் லிட்டர் சயனைடை பாரிக் கோல்ட் அமிலம் கலந்தது. மத்திய பின்லாந்தில், தல்விவாரா டெர்ராஃபேம் பாலிமெட்டல் சுரங்கக் கழிவுகள் 2008 முதல் வெளியேறும் மற்றும் ஏராளமான உப்பு சுரங்க நீர் கசிவதால் அருகிலுள்ள ஏரியின் சுற்றுச்சூழல் சரிவு ஏற்பட்டிருக்கிறது. டைலிங்ஸ் குளங்களின் அபாயங்களைத் தவிர்க்க, நீர்மூழ்கிக் கப்பல்கள் மூலம் கடலில் ஸ்டிச்சஸ்களை அப்புறப்படுத்துவது சிறந்த வழி என்று சுரங்கத் தொழில் அமைப்பு வாதிட்டது. அமெரிக்காவிலும் கனடாவிலும் இந்த நடைமுறை சட்டவிரோதமானது என்றாலும், வளரும் நாடுகளில் இந்த முறை பயன்படுத்தப்படுகிறது.

உலோகங்களை மறுசுழற்சி செய்யவேண்டும். இப்போது குறைவாகவே இருக்கின்றன. எதிர்கால வாழ்க்கை மறுசுழற்சி விகிதங்கள் அதிகரிக்கப்படாவிட்டால், சில அரிய உலோகங்கள் கிடைப்பது அரிதாகிவிடும். குறைந்த மறுசுழற்சி விகிதங்கள் காரணமாக, சில நிலப்பரப்புகளில் இப்போது சுரங்கங்களைவிட அதிக உலோகசெறிவு உள்ளது.

# 5. காடுகள், மரங்கள் அழிப்பு மேலும் என்ன செய்யும்? செய்துகொண்டிருக்கிறது?

World Wildlife Fund கணக்குப்படி, பூமியின் நிலப்பரப்பில் 30%க்கும் அதிகமாக காடுகள் பரவியுள்ளன. உலகில் இருக்கும் காடுகளில் இருந்து மட்டும் 100 கோடிக்கும் அதிகமான மக்களுக்கு உணவு, மருந்து மற்றும் எரிபொருள் (விறகு) வழங்க முடியும். உலகளவில், காடுகள் 1.34 கோடி மக்களுக்கு வனத்துறையில் வேலை வாய்ப்பை வழங்குகின்றன, மேலும் 4.1 கோடி மக்களுக்கு காடுகள் மூலம் மறைமுகமாக வேலைவாய்ப்புகள் கிடைக்கின்றன.

உலகம் முழுக்கவே, விவசாயத்திற்காக அல்லது மேய்ச்சல் நிலம் உருவாக்க அல்லது விறகுகளுக்காக அல்லது உற்பத்திக்கூடங்கள் கட்ட, தொழிற்சாலைகள் அமைக்க என்று பல்வேறு காரணங்களுக்காகத் தொடர்ந்து காடுகள் அழிக்கப்படுகின்றன.

காடுகள் என்பது ஒரு வளம். ஆனால், அவை விவசாயம் மற்றும் மேய்ச்சல் போன்ற நோக்கங்களுக்காகத் தொடர்ந்து மாற்றப்பட்டுக் கொண்டிருக்கின்றன. 1600ம் மற்றும் 1800ம் ஆண்டுகளின் பிற்பகுதி யில், வட அமெரிக்காவின் கிழக்குப் பகுதியில் இருந்த ஏறக்குறைய பாதி அளவு காடுகள் மரம் மற்றும் விவசாயத்திற்காக வெட்டப் பட்டதாக நேஷனல் ஜியோகிராஃபிக் தெரிவிக்கிறது.

இன்று, பெரும்பாலான காடுகள் அழிப்பு 'டிராபிகல்' மண்டலங்களில் நடக்கிறது. அடர்த்தியான காடுகள் வழியாக புதிய சாலைகள் கட்டப்படுவதால், கடந்த காலங்களில் அணுக முடியாத பகுதிகளை இப்போது மனிதர்களால் அடையமுடியாது. மேரிலாந்து பல்கலைக் கழக விஞ்ஞானிகளின் 2017 ஆம் ஆண்டின் அறிக்கை 'டிராபிகல் மண்டலங்கள்' 2017 ஆம் ஆண்டில், சுமார் 1,58,000 சதுர கிலோமீட்டர் காடுகளை இழந்ததைக் காட்டியது - அதாவது, பங்களாதேஷ் என்ற நாட்டின் மொத்த பரப்பளவுக்குச் சமமான பரப்புக்கு காடுகள் அந்த ஓர் ஆண்டில் மட்டும் அழிக்கப்பட்டன.

**காரணங்கள்**

20 ஆம் நூற்றாண்டின் தொடக்கத்தில் இருந்து இதுவரை சுமார் ஒரு கோடி சதுர கி.மீ காடுகள் அழிக்கப்பட்டிருப்பதாக உலக வங்கி மதிப்பிடுகிறது. கடந்த 25 ஆண்டுகளில், காடுகள், ஒரு கோடியே 30 லட்சம் சதுர கி.மீ சுருங்கிவிட்டன - இது தென்னாப்பிரிக்காவின் அளவைவிடப் பெரிய பகுதி. 2018 ஆம் ஆண்டில், 'தி கார்டியன்' ஒவ்வொரு நொடியும், ஒரு கால்பந்து மைதானத்தின் அளவிற்குச் சமமான காடுகளின் ஒரு பகுதி இழக்கப்படுவதாக அறிவித்தது.

பெரும்பாலும், வனப்பகுதி வெட்டப்பட்டு, விவசாயம் அல்லது மேய்ச்சலுக்கு வழிவகுக்கும்போது காடுகள் அழிப்பு ஏற்படுகிறது. மாட்டிறைச்சி, சோயா, பாமாயில் மற்றும் மர பொருள்கள்: 'டிராப்பிகல்' காடழிப்புக்கு நான்கு பொருள்கள் மட்டுமே காரணம் என்று Union of Concerned Scientists (யுசிஎஸ்) தெரிவித்துள்ளது. ஒவ்வொரு ஆண்டும் உலகில் சுவிட்சர்லாந்தின் அளவு 38,300 சதுர கி.மீ. காடுகள் அழிக்கப்படுவதாக யு.சி.எஸ் மதிப்பிடுகிறது.

டிராபிக்கல் பகுதி காடுகளில் இயற்கையாக தீப்பிடித்தல் என்பது மிகவும் குறைவு. ஆனால், ஏற்பட்டுவிட்டால் தீவிரமாக இருக்கும். விவசாயப் பயன்பாட்டிற்காக நிலத்தை அழிக்க மனிதர்கள் காட்டைக் கொளுத்திவிடுகிறார்கள்.

2019ஆம் ஆண்டில், பிரேசிலில் மனிதர்கள் காடுகளை எரிக்க வைத்த தீ நிகழ்வுகளின் எண்ணிக்கை உயர்ந்தது. ஆகஸ்ட் 2019 நிலவரப்படி, அமேசான் காடுகளில் 80,000 க்கும் மேற்பட்ட காட்டுத் தீ நிகழ்வுகள் நடந்தன. இது 2018 ஐ விட கிட்டத்தட்ட 80% அதிகம் என்று நேஷனல் ஜியோகிராஃபிக் தெரிவித்துள்ளது.

பாமாயில் என உற்பத்தி செய்யப்படும் தாவர எண்ணெய் அனைத்துப் பல்பொருள் அங்காடி பொருள்களிலும் நன்றாக விற்பனையாகிறது. பாமாயில் மலிவானது மட்டுமல்ல. உணவு மற்றும் தனிப்பட்ட தயாரிப்புகளான லிப்ஸ்டிக்ஸ் மற்றும் ஷாம்பு இரண்டிலும் இதைச் சேர்க்கமுடிகிறது. சியோன் சந்தை ஆராய்ச்சி வெளியிட்டுள்ள அறிக்கையின்படி, உலகளாவிய பாமாயில் சந்தை 2015 ஆம் ஆண்டில் 65.73 பில்லியன் டாலராக இருந்தது. மேலும் 2021 ஆம் ஆண்டில் 92.84 பில்லியன் டாலர்களை எட்டும் என்று எதிர்பார்க்கப்படுகிறது. இதன் காரணமாகத் தொடர்ந்து டிராப்பிகல் காடுகளை அழித்து பனை மரங்களை வளர்க்கிறார்கள்.

எண்ணெயை உற்பத்தி செய்யும் மரங்களை வளர்ப்பதற்கு பூர்வீக காடுகளைச் சமன் செய்வதும் உள்ளூர் 'பீட்லாண்டு'களை அழிப்பதும்

தேவைப்படுகிறது - இது சுற்றுச்சூழலைக் கடுமையாக பாதிக்க வல்லது. சர்வதேச நிதி நிறுவனமான உலக வங்கியின் கூற்றுப்படி, வெப்ப மண்டலத்திலிருந்து உயர் அட்சரேகை பகுதிகள்வரை காடுகள் இருக்கின்றன. உலகில் வாழும் மரங்கள், தாவரங்கள், விலங்குகள் மற்றும் நுண்ணுயிரிகள் என்ற பல்லுயிரியலிகளில் 80 சதவிகிதம் இந்தக் காடுகளில்தான் வாழ்கின்றன.

பலவிதமான உயிரினங்களும் வாழ்வதற்கு காடுகள் மிகவும் ஏற்றவை. 2018 FAO அறிக்கையின்படி, பூமியின் முக்கால்வாசி நன்னீர் காடுகள் நிறைந்த நீர்நிலைகளில் இருந்து வருகிறது, மேலும் மரங்களை இழப்பது நீரின் தரத்தைப் பாதிக்கும். உலக மக்கள் தொகையில் பாதிக்கும் மேற்பட்டவர்கள் தங்கள் குடிநீருக்காகவும், விவசாயம் மற்றும் தொழில்துறைக்கு பயன்படுத்தப்படும் தண்ணீருக் காகவும் காடுகளின் நீர்நிலைகளை நம்பியுள்ளதாக ஐ.நா.வின் 2018 உலக வன அறிக்கை தெரிவித்துள்ளது.

டிராப்பிகல் பகுதிகளில் காடுகளை அழிப்பதால், காற்றுமண்டலத்தில் நீராவி உருவாவது பாதிக்கப்பட்டு அதனால் மழைப்பொழிவு குறைகிறது.

மரங்கள் கார்பன் டை ஆக்சைடை உறிஞ்சி, மனித செயல்பாடுகளால் உற்பத்தி செய்யப்படும் கிரீன்ஹவுஸ் வாயு வெளியேற்றத்தைத் தணிக்கும். பருவநிலை மாற்றம் தொடர்ந்து நடந்துகொண்டிருக்கும் காலத்தில், காற்றில் கலக்கும் அதிகப்படியான கார்பன் டை ஆக்சைடை பிடித்து சேமித்து வைக்கும் மரங்கள் முக்கிய பங்காற்று கின்றன. காற்றில் இருந்து கார்பன் டை ஆக்சைடை அகற்றுவதற்கு அவசியம் தேவைப்படும் மரம் செடிகொடிகளை அழிப்பதன்மூலம் மட்டுமல்லாமல், காடுகளை அழிக்கும் செயல்பாடுகளால் மேலும் கிரீன்ஹவுஸ் வாயு வெளியேறி, சுற்றுப்புறத்தைக் கெடுக்கிறது.

கிரீன் ஹவுஸ் வாயு உருவாக முதல் காரணம், போசில் பியூயல் எரிப்பு. இரண்டாவது முக்கிய காரணம் காடுகளை அழிப்பது. அது கிட்டத்தட்ட 20% கிரீன்ஹவுஸ் வாயு வெளியேற்றத்திற்குக் காரண மாகிறது என்று ஐக்கிய நாடுகள் சபையின் உணவு மற்றும் விவசாய அமைப்பு கூறுகிறது.

**தீர்வுகள்**

மரங்களை அகற்றுவதற்கான தேவைகளைக் குறைக்க வேண்டும். முறையான விவசாய முறைகளை (sustainable farming practices) பின்பற்றி, புதிய விவசாய தொழில்நுட்பங்கள் மற்றும் பயிர்களைப்

பயன்படுத்தி, விவசாயத்திற்குத் தேவைப்படும் நிலங்களின் அளவைக் குறைக்கவேண்டும்.

காடுகள் அழிக்கப்பட்ட பகுதிகளில் மீண்டும் மரங்களை வளர்த்து அல்லது வனச் சுற்றுச்சூழல் (forest ecosystem) அமைப்பை காலப் போக்கில் மீண்டும் உருவாக்க அனுமதித்து காடுகளை மீட்டெடுக்க வேண்டும். அப்படிச் செய்தால் வனவிலங்குகள் திரும்பும், நீர் அமைப்புகள் மீண்டும் நிலைபெறும், கார்பன் பிரிக்கப்பட்டு மண் மீண்டும் செழுமையாகும்.

காடுகள், மரங்கள் அழிவதைக் கட்டுப்படுத்த, சான்றளிக்கப்பட்ட மரப் பொருள்களை வாங்குவது, காகிதங்கள் பயன்பாட்டைத் தவிர்ப்பது, குறைப்பது, மறுசுழற்சிக்குப் போவது, பாமாயில் போன்ற பொருள்கள் பயன்படுத்துவதைத் தவிர்ப்பது மற்றும் இயன்றவரை புதிய மரங்களை நட்டு வளர்ப்பது என்று எல்லோருமே அவர்கள் பங்கைச் செய்யலாம். பயன்படுத்தும் பொருள்களின் நுகர்வு மட்டுப்படுத்தலாம் மற்றும் முடிந்தவரை ஒரு மரங்களை நடலாம்.

# 6. இந்தியாவின் வறுமை குறித்த சில தகவல்கள்

நல்ல பொருளாதார வளர்ச்சி இருந்தபோதிலும், 20 கோடிக்கும் அதிகமான மக்கள் இந்தியாவில் உணவுப் பாதுகாப்பற்ற நிலையில் உள்ளனர். இந்தியாவில்தான் உலகிலேயே அதிக எண்ணிக்கை யிலான பசியுள்ள மக்கள் வசிக்கின்றனர். 2017ம் ஆண்டு, 119 நாடுகளில் இருக்கும் 100 இடங்களில் செய்த உலகளாவிய பசி குறியீட்டு ஆய்வில் 31.4 மதிப்பெண்களுடன் இந்தியா 'தீவிரமான' பசி இருப்பதாகத் தெரியவந்துள்ளது.

இந்தியாவின் முக்கிய பிரச்னை என்னவென்றால், ஐந்து வயதிற்குட்பட்ட குழந்தைகள் எடை குறைந்து இருப்பதும் அதற்குக் காரணம், குழந்தைகளுக்கு வழங்கப்படும் குறைந்த ஊட்டசச்த்து மற்றும் பெண்களின் குறைவான கல்வி நிலை என்பதும் இதற்குக் காரணம் என்று கண்டறியப்பட்டுள்ளது.

ஊட்டச்சத்துக் குறைபாட்டால் பாதிக்கப்பட்ட குழந்தைகளின் எண்ணிக்கையில் இந்தியா உலகின் மிக உயர்ந்த தரவரிசை கொண்ட நாடுகளில் ஒன்றாகும் என்று உலக வங்கி மதிப்பிடுகிறது. இந்தியாவில் எடை குறைந்த குழந்தைகளின் பாதிப்பு உலகிலேயே மிக உயர்ந்தது, மேலும் இது இயக்கம், இறப்பு, உற்பத்தித்திறன் மற்றும் பொருளாதார வளர்ச்சிக்கு மோசமான விளைவுகளை ஏற்படுத்தும். சஹாரா ஆப்பிரிக்காவை விட இது இரு மடங்காகும்.

IFPRI-ன் (International Food Policy Research Institute) 2017 உலகளாவிய பசி குறியீட்டு (GHI) Global Hunger Index அறிக்கை 118 நாடுகளில் இந்தியா 100 வது இடத்தைப் பிடித்தது. தெற்காசிய நாடுகளில், இது ஆப்கானிஸ்தான் மற்றும் பாகிஸ்தானுக்குப் பின்னால் மூன்றாவது இடத்தில் உள்ளது, இது GHI மதிப்பெண் 29.0 ('கடுமையான நிலைமை') உடன் உள்ளது. 2019 உலகளாவிய பசி குறியீட்டு (GHI) அறிக்கை 117 நாடுகளில் 102 வது இடத்தைப் பிடித்தது. இந்தியாவில் ஐந்து வயதுக்குட்பட்ட ஐந்து குழந்தை களில் ஒருவரையாவது வீணடிக்கிறார்கள்.

1.365 பில்லியன் மக்கள்தொகையில் அமர்ந்து ஆண்டுதோறும் (2001-2007 முதல்) 1.5% -1.7% ஆக வளர்ந்து வரும் மக்கள் தொகை மற்றும் பொருளாதாரத்தின் அடிப்படையில் இந்தியா வேகமாக வளர்ந்து வரும் நாடுகளில் ஒன்றாகும்.

பெரும்பாலான மக்கள் இன்னமும் தேசிய வறுமைக் கோட்டுக்குக் கீழே வாழ்ந்து வருகிறார்கள் என்றாலும், அதன் பொருளாதார வளர்ச்சி புதிய வாய்ப்புகள் மற்றும் நாள்பட்ட நோய்களின் பரவலை அதிகரிப்பதற்கான ஓர் இயக்கத்தைக் குறிக்கிறது. இது வளர்ந்த நாடுகளான அமெரிக்கா, கனடா மற்றும் ஆஸ்திரேலியா போன்ற நாடுகளில் அதிக விகிதத்தில் காணப்படுகிறது. வறுமை யில் வாழும் மக்களின் கலவையும், இந்தியாவின் சமீபத்திய பொருளாதார வளர்ச்சியும் இரண்டு வகையான ஊட்டச் சத்துக் குறைபாட்டின் இணை தோற்றத்திற்கு வழிவகுத்தன: ஊட்டச்சத்து குறைபாடு மற்றும் ஊட்டச்சத்து குறைபாடு.

உலகளாவிய பசி குறியீட்டில் 80 நாடுகளில் இந்தியா 67வது இடத்தில் உள்ளது, இது வட கொரியா அல்லது சூடான் போன்ற நாடுகளைவிட மோசமான பசி நிலைமையைக் கொண்டுள்ளது. உலகளவில் பசியுள்ள மக்களில் 25% இந்தியாவில் வாழ்கின்றனர். 1990 முதல் குழந்தைகளுக்கு சில முன்னேற்றங்கள் ஏற்பட்டுள்ளன. ஆனால் மக்கள் தொகையில் பசியின் விகிதம் அதிகரித்துள்ளது. இந்தியாவில் 5 வயதுக்குட்பட்ட குழந்தைகளில் 44% எடை குறைந்தவர்கள். குழந்தைகளில் 72% மற்றும் திருமணமான பெண்களில் 52% பேருக்கு ரத்த சோகை உள்ளது. கர்ப்ப காலத்தில் ஊட்டச்சத்து குறைபாடு குழந்தைக்கு எதிர்கால நோய்கள், உடல் ரீதியான பின்னடைவு மற்றும் அறிவாற்றல் திறன்களைக் குறைக்கும் அபாயத்தை ஏற்படுத்துகிறது என்று ஆராய்ச்சி உறுதியாகக் காட்டுகிறது.

*Source: www.dosomething.org*

# 7. உலக நாடுகளின் ஜி.டி.பி தரவரிசை

| Rank | Country/Territory | Int$ |
|---|---|---|
| - | Macau | 129,103 |
| 1 | Luxembourg | 121,293 |
| 2 | Singapore | 101,376 |
| 3 | Qatar | 96,491 |
| 4 | Ireland | 88,241 |
| - | Cayman Islands (2018) | 72,481 |
| 5 | Switzerland | 70,989 |
| 6 | United Arab Emirates | 69,901 |
| 7 | Norway | 66,832 |
| 8 | United States | 65,281 |
| 9 | Brunei | 64,673 |
| - | Hong Kong | 62,375 |
| 10 | San Marino (2018) | 60,750 |
| 11 | Iceland | 60,061 |
| 12 | Denmark | 59,830 |
| 13 | Netherlands | 59,687 |
| - | Bermuda (2013) | 59,483 |
| 14 | Austria | 59,111 |
| 15 | Germany | 56,052 |
| 16 | Sweden | 55,815 |
| 17 | Belgium | 54,545 |
| 18 | Australia | 53,320 |
| 19 | Kuwait | 51,912 |
| 20 | Canada | 51,342 |
| 21 | Finland | 51,324 |
| 22 | France | 49,435 |
| 23 | Saudi Arabia | 48,909 |
| 24 | United Kingdom | 48,710 |
| 25 | Bahrain | 46,892 |
| 26 | Malta | 45,652 |
| - | European Union | 46,468 |
| 27 | Italy | 44,197 |
| 28 | New Zealand | 43,953 |
| 29 | Japan | 43,236 |
| 30 | Korea, South | 43,029 |
| 31 | Czech Republic | 42,576 |
| 32 | Spain | 42,214 |
| 33 | Israel | 42,194 |
| 34 | Cyprus | 41,254 |
| 35 | Slovenia | 40,657 |
| 36 | Estonia | 38,811 |
| - | Aruba (2017) | 38,442 |
| 37 | Lithuania | 38,214 |
| 38 | Bahamas, The | 37,266 |
| 39 | Portugal | 36,471 |
| - | Puerto Rico | 35,948 |
| 41 | Poland | 34,218 |
| 42 | Slovakia | 34,178 |
| 43 | Hungary | 33,979 |
| 44 | Panama | 32,763 |
| 45 | Romania | 32,297 |
| - | Sint Maarten (2017) | 32,256 |
| 46 | Latvia | 32,205 |
| 47 | Greece | 31,399 |
| 48 | Seychelles | 30,260 |
| 49 | Croatia | 29,973 |
| 50 | Malaysia | 29,526 |
| 51 | Russia | 29,181 |
| 52 | Oman | 29,053 |

| | | | | | |
|---|---|---|---|---|---|
| 53 | Turkey | 27,875 | 87 | Brazil | 15,259 |
| 54 | Saint Kitts and Nevis | 27,449 | 88 | Turkmenistan | 15,196 |
| 55 | Kazakhstan | 27,444 | 89 | Azerbaijan | 15,001 |
| 56 | Trinidad and Tobago | 27,261 | 90 | Iran (2017) | 14,536 |
| - | Turks and Caicos Isl | 27,055 | 91 | Albania | 14,495 |
| - | Curaçao | 25,572 | 92 | Fiji | 14,428 |
| 57 | Chile | 25,155 | 93 | Armenia | 14,220 |
| 58 | Bulgaria | 24,561 | 94 | **Sri Lanka** | 13,620 |
| 59 | Mauritius | 23,942 | 95 | Moldova | 13,620 |
| 60 | Montenegro | 22,989 | 96 | Peru | 13,380 |
| 61 | Argentina | 22,947 | 97 | Ukraine | 13,341 |
| 62 | Antigua and Barbuda | 22,817 | 98 | Paraguay | 13,210 |
| 63 | Uruguay | 22,455 | 99 | South Africa | 12,999 |
| 64 | Costa Rica | 20,434 | 100 | St Vincent & Grenadines | 12,983 |
| 65 | Mexico | 20,411 | 101 | Mongolia | 12,820 |
| 66 | Belarus | 19,943 | 102 | Dominica | 12,659 |
| 67 | Maldives | 19,698 | 103 | Indonesia | 12,302 |
| 68 | Equatorial Guinea | 19,327 | 104 | Egypt | 12,251 |
| 69 | **Thailand** | 19,228 | 105 | Nauru | 12,080 |
| 70 | Dominican Republic | 19,182 | 106 | Ecuador | 11,847 |
| 71 | Serbia | 18,989 | - | Kosovo | 11,839 |
| 72 | Botswana | 18,503 | 107 | Algeria | 11,820 |
| 73 | Palau | 18,496 | 108 | Bhutan | 11,613 |
| 74 | Grenada | 17,956 | 109 | Iraq | 11,332 |
| 75 | North Macedonia | 17,815 | 110 | Tunisia | 11,201 |
| - | World | 17,680 | 111 | Jordan | 10,316 |
| 76 | Venezuela (2011) | 17,527 | 112 | Jamaica | 10,166 |
| 77 | Suriname | 17,005 | 113 | Guyana | 10,105 |
| 78 | **China** | 16,785 | 114 | Namibia | 10,037 |
| 79 | Barbados | 16,287 | 115 | Philippines | 9,277 |
| 80 | Saint Lucia | 16,089 | 116 | El Salvador | 9,139 |
| 81 | Libya | 15,803 | 117 | Bolivia | 9,086 |
| 82 | Bosnia & Herzegovina | 15,792 | 118 | Eswatini | 9,048 |
| 83 | Colombia | 15,644 | 119 | Guatemala | 8,995 |
| 84 | Georgia | 15,637 | 120 | Vietnam | 8,374 |
| 85 | Gabon | 15,486 | 121 | Laos | 8,150 |
| 86 | Lebanon | 15,327 | 122 | Morocco | 7,826 |

| | | |
|---|---|---|
| 123 | Cape Verde | 7,469 |
| 124 | Belize | 7,295 |
| 125 | Uzbekistan | 7,288 |
| 126 | India | 7,034 |
| 127 | Angola | 6,929 |
| 128 | Samoa | 6,787 |
| 129 | Tonga | 6,414 |
| 130 | Honduras | 5,965 |
| - | West Bank and Gaza | 5,795 |
| 131 | Djibouti | 5,748 |
| 132 | Ghana | 5,637 |
| 133 | Nicaragua | 5,631 |
| 134 | Kyrgyzstan | 5,470 |
| 135 | Côte d'Ivoire | 5,455 |
| 136 | Mauritania | 5,412 |
| 137 | Myanmar | 5,355 |
| 138 | Nigeria | 5,348 |
| 139 | **Bangladesh** | 4,950 |
| 140 | **Pakistan** | 4,884 |
| 141 | Cambodia | 4,570 |
| 142 | Papua New Guinea | 4,569 |
| 143 | Kenya | 4,509 |
| 144 | Tuvalu | 4,465 |
| 145 | São Tomé and Príncipe | 4,128 |
| 146 | Sudan | 4,122 |
| 147 | Marshall Islands | 3,986 |
| 148 | Cameroon | 3,804 |
| 149 | Yemen (2013) | 3,688 |
| 150 | Zambia | 3,623 |
| 151 | **Nepal** | 3,558 |
| 152 | Micronesia | 3,550 |
| 153 | Senegal | 3,535 |
| 154 | Tajikistan | 3,519 |
| 155 | Congo, Republic | 3,434 |
| 156 | Benin | 3,423 |
| 157 | Vanuatu | 3,273 |
| 158 | Timor-Leste | 3,252 |
| 159 | Comoros | 3,209 |
| 160 | Zimbabwe | 2,953 |
| 161 | Lesotho | 2,882 |
| 162 | Tanzania | 2,770 |
| 163 | Guinea | 2,670 |
| 164 | Solomon Islands | 2,465 |
| 165 | Mali | 2,423 |
| 166 | Kiribati | 2,369 |
| 167 | Rwanda | 2,318 |
| 168 | Ethiopia | 2,311 |
| 169 | Gambia, The | 2,298 |
| 170 | **Afghanistan** | 2,293 |
| 171 | Burkina Faso | 2,280 |
| 172 | Uganda | 2,271 |
| 173 | Guinea-Bissau | 2,071 |
| 174 | Haiti | 1,800 |
| 175 | Sierra Leone | 1,789 |
| 176 | Madagascar | 1,714 |
| 177 | Togo | 1,662 |
| 178 | Chad | 1,645 |
| 179 | Eritrea (2011) | 1,625 |
| 180 | South Sudan (2014) | 1,495 |
| 181 | Liberia | 1,533 |
| 182 | Mozambique | 1,333 |
| 183 | Niger | 1,269 |
| 184 | Congo, Democratic Rep | 1,143 |
| 185 | Malawi | 1,143 |
| 186 | Central African Republic | 984 |
| 187 | Burundi | 782 |

List of countries by GDP (PPP) per capita by world bank 2019)

*(Source: wikipedia)*

# 8. உலக மக்களின் செல்வம் மற்றும் வறுமை குறித்த சில புள்ளி விவரங்கள்

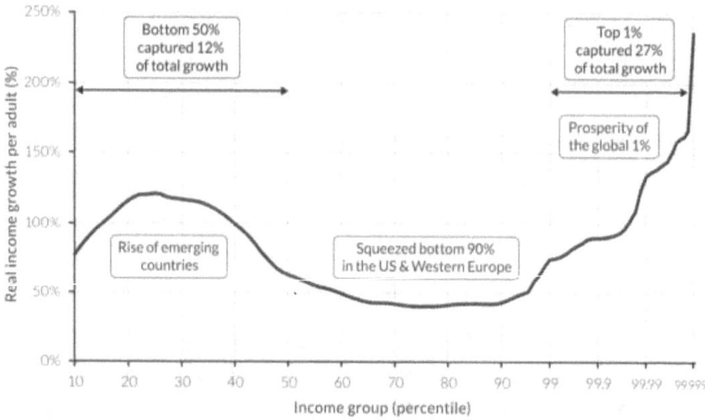


1980 முதல் 2016ம் வரை - உலகளாவிய சமத்துவமின்மை
மற்றும் வளர்ச்சியின் வளைவு

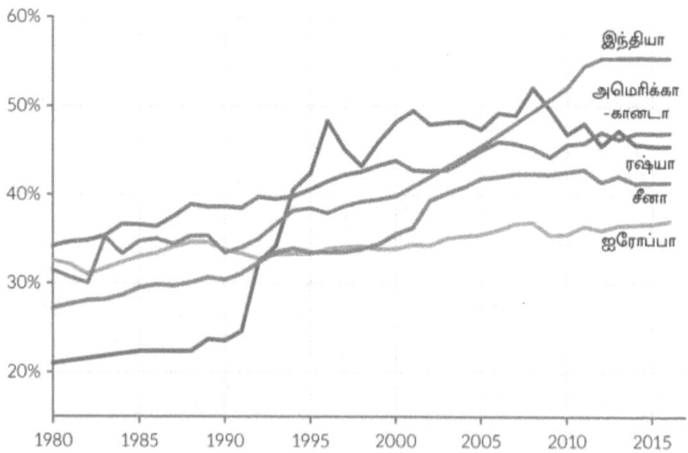


1980 முதல் 2016ம் வரை - உலகெங்கிலும் டாப் 1% மக்களின் பங்கு, தேசத்தின் மொத்த வருமானங்களில் அதிகரித்துக்கொண்டே போகிறது.

### Global Wealth Evaluation - 2019

| Country / Region | Adults (thousand) | share of adults 9%) | Total wealth (USD Billions) | Share of wealth (%) |
|---|---|---|---|---|
| Africa | 634,831 | 12.5 | 4,119 | 1.1 |
| Asia-Pacific | 1,194,919 | 23.5 | 64,778 | 18.0 |
| China | 1,090,231 | 21.4 | 63,827 | 17.7 |
| Europe | 589,402 | 11.6 | 90,752 | 25.2 |
| India | 865,783 | 17.0 | 12,614 | 3.5 |
| Latin America | 440,218 | 8.6 | 9,906 | 2.7 |
| North America | 274,381 | 5.4 | 114,607 3 | 1.8 |
| **World** | **5,089,766** | **100.0** | **360,603** | **100.0** |

### Global Wealth Pattern - 2019

| Country | Adults | Mean wealth per adult | Mean Median per adult | Distribution of Adults (%) by Wealth Range (USD) | | | |
|---|---|---|---|---|---|---|---|
| | Thousands | USD | USD | < 10,000 | 10,000-100,000 | 100,000 - 1 million | > 1 million |
| Africa | 634,831 | 6,488 | 1,219 | 88.5 | 10.8 | 0.6 | 0.0 |
| Asia-Pacific | 1,194,919 | 54,211 | 4,188 | 65.7 | 24.5 | 9.2 | 0.6 |
| China | 1,090,231 | 58,544 2 | 0,942 | 24.6 | 65.0 | 10.0 | 0.4 |
| Europe | 589,402 | 153,973 | 24,742 | 38.2 | 33.9 | 25.7 | 2.3 |
| India | 865,783 | 14,569 | 3,042 | 78.2 | 20.0 | 1.7 | 0.1 |
| Latin America | 440,218 | 22,502 | 4,929 | 66.6 | 30.5 | 2.8 | 0.2 |
| North America | 274,381 | 417,694 | 69,162 | 26.2 | 30.7 | 35.8 | 7.3 |
| **World** | **5,089,766** | **70,849** | **7,087** | **56.6** | **32.6** | **9.8** | **0.9** |

### High net worth Individuals - 2019

| Country/region | Wealth range (USD Million) Percentage of adults (in %) | | | | | |
|---|---|---|---|---|---|---|
| | 1-5 | 5–10 | 10–50 | 50–100 | 100–500 | 500+ |
| North America | 40.6 | 60.7 | 52.6 | 48.2 | 40.5 | 33.5 |
| Europe | 20.4 | 20.1 | 21.6 | 21.5 | 21.3 | 21.0 |
| Asia-Pacific | 10.2 | 9.8 | 11.3 | 12.3 | 14.2 | 16.4 |
| China | 5.3 | 6.9 | 10.9 | 13.8 | 18.5 | 22.6 |
| Latin America | 1.1 | 1.3 | 1.9 | 2.2 | 2.8 | 3.4 |
| India | 0.6 | 0.8 | 1.1 | 1.3 | 1.7 | 1.9 |
| Africa | 0.3 | 0.3 | 0.5 | 0.7 | 1.0 | 1.4 |

* *Source - Economic Times, Bloomberg, Credit Suisse*

இந்தியாவில் நிறுவனங்களைத் தொடங்கியவர்கள் (புரமோட்டர்கள்) அவர்களின் பொறுப்புகளுக்காக எடுத்துக்கொண்ட ஆண்டு ஊதியம் - 2016-17ம் ஆண்டில்.

| Company | Executive | Salary (Crores) |
|---|---|---|
| Sun TV | Kalanithi Maran, Executive Chairman | 77.93 |
| Sun TV | Kaveri Kalanithi , Executive Director | 77.93 |
| Hero Motocorp | Pawan Munjal, CMD & CEO | 59.66 |
| Lupin | DB Gupta, Chairman | 47.66 |
| Divi's Lab | Murali K Divi, Chairman & MD | 46.47 |
| Apollo Tyres | Onkar S Kanwar, Chairman & MD | 45.74 |
| Shree Cement | HM Bangur, MD | 38.22 |

•

2017ம் ஆண்டு இந்தியாவில் இருந்த செல்வர்கள் குறித்த விவரம்

| | |
|---|---|
| தனி நபர் ஒருவரின் சராசரி செல்வம் | - ரூ. 4,18,320 (USD 5976) |
| சரி பாதி எண்ணிக்கையில் இருப்போர் வைத்திருக்கும் செல்வம். | - ரூ. 90,650 (USD 1295) |
| மொத்த மதிப்பு | - ரூ.35 லட்சம் கோடி (USD 5 trillion) |
| 6.3 கோடி ரூபாய்க்கு மேல் செல்வம் வைத்திருப்பவர்கள் எண்ணிக்கை, | - 2.45 லட்சம் |
| உலகின் டாப் 10% க்குள் வரும் செல்வந்தர்கள் எண்ணிக்கை | - 61.36 லட்சம் |
| உலகின் டாப் 1% க்குள் வரும் செல்வந்தர்கள் எண்ணிக்கை | - 3.40 லட்சம் |

டாலர் மதிப்பு 70 ரூபாய் என்ற கணக்கில்

•

# 9. புதிய ஆத்திசூடி

**சோம. வள்ளியப்பன்**

பொருள் பயன்பாடு குறை.
திரும்பத் திரும்பப் பயன்படுத்து.
மக்கும் குப்பை, மக்கா குப்பை பிரி.
மறுசுழற்சி செய்.

காகிதம், மரம், உலோகங்கள், பிளாஸ்டிக் பிரித்துக்கொடு
மறுசுழற்சி செய்யும் தொழிலகங்கள் தொடங்கு.
மறுசுழற்சி பொருள்களுக்கு அதிக விலை வை.
மறுசுழற்சி பொருள்கள் வாங்கு.
பெருமைகொள்.

சரி செய்து பயன்படுத்து
சரி செய்து பயன்படுத்தும் விதமாக
பொருள்கள், கருவிகள் உருவாக்கு. உற்பத்தி செய்.
பழுதுபார்க்கக் கற்றுக்கொடு.
கற்றுக்கொள். பழுது பார்.

சுவர் விளம்பரம் தடை செய்.
'ஆயில் பெயிண்டிங்' அறவே அகற்று.
விளம்பரங்களுக்கு, காகிதம் குற்றம்.
பேனர்கள் ஃப்ளெக்ஸ்களுக்கு தடை மற்றும் கடும் தண்டனை.
எலக்ட்ரானிக் குப்பை உருவாக்காதே.
உருவாக்குபவர், உற்பத்தி செய்பவர் திரும்பப் பெற வழி செய்.

வாகனங்கள் தவிர்.
இயன்ற அளவு நட.
மிதிவண்டி பயன்படுத்து.
பொது வாகனங்கள் அதிகமாக்கு.
சிறப்பு செய்.
பொது வாகனங்களில் பயணி.

மழைநீர் சேகரிப்பு கட்டாயமாக்கு.
சொட்டு நீர் பாசனம் அதிகமாக்கு.
வீடுகள் அலுவலகங்களில் நீர் மறுசுழற்சிக்கு ஆதரவு கொடு.
கருவிகள் கண்டுபிடி.
சொட்டா ஒழுகா குழாய்கள் செய்.
அனுமதிப்பவர்களுக்கு பெரும் அபராதம் விதி.

கூட்டுப்பொறுப்பு காண்.
கடமையிலும் பொறுப்பிலும் அனைவரும் சமம்.
பின்பற்றுதல் கண்காணி.
தவறுவோர் கண்டுபிடி.
தண்டனைகள் கொடு.

பெரிய மனிதர்களுக்கு கூடுதல் பொறுப்பு.
கடைபிடிப்பதில் பெருமைகொள்.
முன்மாதிரியாக இரு.

பிளாஸ்டிக்கில் கூடுதல் ஆராய்ச்சி செய்.
மாணவர்கள் இளைஞர்களை ஈடுபடுத்து.
மாற்றுப் பொருள்கள் விரைந்து கண்டுபிடி.
விருதுகள் அறிவி.

குறைவான பொருள்கள் வாங்கு.
பயன்படுத்திய பொருள்களைப் பிறருக்குக் கொடு.
வாடகை நிலையங்கள் உருவாக்கு.
வாடகைக்குப் பெற்றுப் பயன்படுத்து.

இயற்கை ஈன்ற வேறுபாடுகள் தொடரவிடு.
செயற்கை வேறுபாடுகள் குறை.
உழைப்பது பெருமை.
உழைப்பே உடல்நலம்.
ஆடம்பரம் இகழ்.
ஆரம்பப் பள்ளியில் கற்றுக்கொடு.
பொறுப்புள்ள குடிமகன்கள் உருவாக்கு.

வேலை கொடு.
சரியான ஊதியம் வழங்கு.
மாசுபடுத்தும் வேலைகள் நிறுத்து.
புதியன செய்.
குழந்தைத் தொழிலாளர் கொலைக் குற்றம்.

# எழுதுங்கள்

**ப**டித்து விட்டீர்களா? என்ன ஆயாசமாக இருக்கிறதா? உண்மை கசக்கத்தான் செய்யும்.

இந்தப் புத்தகத்தில் சொல்லப்படும் பிரச்னைகளை நியாயமும் யதார்த்த மும் புரிந்து கொண்டாலும், இவற்றை எல்லாம் இனித் தடுக்க முடியுமா? இவற்றை விட்டு வேறு என்ன செய்வது, எப்படிச் செய்வது? என்றெல்லாம் தோன்றுகிறதா? இந்தப் புத்தகத்தில் சொல்லப்படும் தீர்வுகளில் சில சாத்தியமில்லாததுபோலத் தோன்றுகிறதா?

இருக்கட்டும். புத்தகத்தில் சொல்லப்பட்டிருக்கும் பிரச்னைகள் உண்மைதான் என்பதை ஒப்புக்கொள்கிறீர்கள் அல்லவா? அவற்றைத் தொடர விடக்கூடாது என்பதில் உங்களுக்கு மாற்றுக்கருத்து இல்லைதானே!

அவற்றைத் தடுக்காமல், குறைக்காமல் இருக்கும் நேரமெல்லாம் நாம் அபாயத்தை நோக்கி நகர்ந்துகொண்டிருக்கிறோம். நான் சொல்வது தான் தீர்வு என்பதில்லை. ஆனால், இவற்றை அனுமதிக்க, வளர, வாழ விடக்கூடாது. இவற்றை எப்படியாகிலும் சரிசெய்துவிட வேண்டும். அதற்கு வேறு விதமான தீர்வுகள் வந்தாலும் சரி. ஆனால், கண்டிப்பாக தீர்வுகள் தேவை.

பலரும் சேர்ந்து செய்யவேண்டிவை இவை. பலரும் என்றால், நீங்கள், நான், மற்றும் உலகில் உள்ள அனைவரும் சேர்ந்து. தமிழர்கள் மட்டுமல்ல. இந்தியர்கள் மட்டுமல்ல. உலகின் பல்வேறு நாடுகளில் இருப்பவர்கள் அனைவரும் ஒன்று சேர்ந்து.

கருத்துகளை மின்னஞ்சல் மூலம் பகிர்ந்துகொள்ளுங்கள். writersomavalliappan@gmail.com

# தரவுகள்


1. United Nations Development Programme. "Sustaining Human Progress: Reducing Vulnerabilities and Building Resilience." Human Development Report, 2014. Web Accessed February 25, 2015.

2. United Nations Inter-agency Group for Child Mortality Estimation (UN IGME). "UNICEF: Committing to Child Survival: A promise renewed." UNICEF, 2014. Web Accessed February 25, 2015.

3. FAO, IFAD and WFP. "The State of Food Insecurity in the World 2014. Strengthening the enabling environment for food security and nutrition." Food and Agriculture Organization of the UN, 2014. Web Accessed February 25, 2015.

4. World Health Organization and UNICEF Joint Monitoring Programme (JMP). "Progress on Drinking Water and Sanitation, 2014 Update." 2014. Web Accessed February 25, 2015.

5. United Nations Children's Fund (UNICEF). "Improving Child Nutrition: The achievable imperative for global progress." United Nations Children's Fund. 2013. Web Accessed February 25, 2015.

6. United Nations Children's Fund (UNICEF) . "Pneumonia and diarrhoea Tackling the deadliest diseases for the world's poorest children." Web accessed February 25, 2014,

7. UNICEF and WHO. "Immunization Summary: A statistical reference containing data through 2013." 10 November 2014. Web Accessed 25 February 2015.

8. United Nations. "The Millennium Development Goals Report 2007." United Nations, 2007. Web Accessed April 29, 2014.

9. Ravallion, Martin, Shaohua Chen, and Prem Sangraula. Dollar a Day Revisited. Working paper no. 4620. The World Bank, May 2008. Web Accessed February 25, 2014.

10. Oxfam. "The cost of inequality: how wealth and income extremes hurt us all." Oxfam, 2013. Web Accessed May 6, 2014.

11. World Food Programme. "What causes hunger?" Food Programme Fighting Hunger Worldwide, 2010. Web Accessed February 22, 2014

www.ingramcontent.com/pod-product-compliance
Lightning Source LLC
LaVergne TN
LVHW100338051026
849518LV00003B/837
*9788194865353*